INSIGHT PUBLICA®

INSIGHT PUBLICA®
Nadakkavu, Kozhikode, Kerala
www.insightpublica.com
e-mail:insightpublica@gmail.com
Gunanam Rasakaram
(Popular Science - Mathematics)
Palliya Sreedharan
First Edition: December 2018
This Edition: November 2021

ISBN: 978-93-87398-61-0

ഗ്ലണനം രസകരം

പള്ളിയറ ശ്രീധരൻ

INSIGHT PUBLICA

പള്ളിയറ ശ്രീധരന്റെ കൃതികൾ:

സംഖ്യകളുടെ കഥ, സമയത്തിന്റെ കഥ, പൂജ്യത്തിന്റെ കഥ, സംഖ്യകളുടെ അത്ഭുത പ്രപഞ്ചം, ആര്യഭടൻ, പൈഥഗോറസ്, ഗണിതവിജ്ഞാനച്ചെപ്പ്, ആര്യബന്ധു, ഗുണനം രസകരമാക്കാം, കടത്തനാട്ടുതമ്പുരാൻ, കമ്പ്യൂട്ടർ, റോബോട്ടുകൾ, യന്ത്രങ്ങളുടെ ലോകം,ലഘുയന്ത്രങ്ങൾ, നമുക്ക് വളരാം, കണക്ക് എളുപ്പമാക്കാൻ വേദഗണിതം, കണക്കിലെ കനകം, പ്രകൃതിയിലെ ഗണിതം, തിരഞ്ഞെടുത്ത ഗണിത കൃതികൾ, ഗലീലിയോ, ചിരിപ്പിക്കുന്ന ഗണിതശാസ്ത്രം, കണക്കിലെ ജാലവിദ്യകൾ, സംഖ്യകളുടെ ജാലവിദ്യകൾ, വീണ്ടും സ്കൂളിൽ, മാന്ത്രികചതുരം, വേദഗണിതം, സൗന്ദര്യത്തിന്റെ ഗണിതശാസ്ത്രം, ഭൂമിയുടെ കേന്ദ്രത്തിലേക്കൊ രു യാത്ര, കണക്ക് കളിച്ച് രസിക്കാൻ, അത്ഭുത സംഖ്യകൾ, ഗണിത വിജ്ഞാന കോശം, ഗണിതവും കമ്പ്യൂട്ടറും, ഗണിതശാസ്ത്രം ക്വിസ്, ഗണിതം എത്ര രസകരം, ഗണിതശാസ്ത്രം സൂപ്പർ ക്വിസ്, ഗണിതം മധുരം, ഗണിതം മഹാത്ഭുതം, അഞ്ചു ഗണിതനാടകങ്ങൾ, ഗണിതകഥകൾ, ഗണിതശാസ്ത്രമേള, ഗണിതശാസ്ത്രത്തിന്റെ വിചിത്ര ലോകം, കണക്കിലെ പദപ്രശ്നങ്ങൾ, ഗണിതശാസ്ത്ര പ്രതിഭകൾ, ഗണിതസല്ലാപം.., ശ്രീനിവാസരാമാനുജൻ, വത്രു, കണക്കിൽ മിടുക്കരാകാം, കണക്കിന്റെ മായാലോകം, കണക്ക്+മാജിക്, സയൻസ് ക്വിസ്, പാട്ടുപാടി കണക്ക് പഠിക്കാം, കുസൃതി കണക്കുകൾ, കണക്കുകൊണ്ട് കളിക്കാം, കണക്കിലെ എളുപ്പവഴികൾ, കണക്കൊരു മാന്ത്രികച്ചെപ്പ്, കണക്കിലേക്കൊരു വിനോദയാത്ര, എന്തത്ഭുതം! എത്ര രസകരം!!,

ഗണിതശാസ്ത്ര പ്രതിഭകൾ, കണക്കിന്റെ ഇന്ദ്രജാലം, അമ്പരപ്പിക്കുന്ന ഗണിതശാസ്ത്രം, അക്കങ്ങൾ കളിക്കൂട്ടുകാർ, കണക്ക് കളിയും കാര്യവും, കണക്കിലെ വിസ്മയങ്ങൾ,

കണക്കിന്റെ ഇന്ദ്രജാലം. അത്ഭുത ങ്ങളുടെലോകം, ബുദ്ധിവികാസ ത്തിന്ഗണിത പ്രശ്നങ്ങൾ. കണക്കിന്റെ കിളിവാതിൽ., രസകരമായ ഗണിതപ്രശ്നങ്ങൾ, .രണ്ടും രണ്ടും അഞ്ച്, കണക്കന്മാർക്കും കണക്കികൾക്കും.

Some Great Mathematicians of the World, The Wonderland of Mathematics, Wonderworld of Mathematics, Funny Mathematics, Magic Squares, Play with Maths, Enjoy with Maths, Super quiz in Maths, Maths a great wonder, Mathe magic, Puzzles in Maths , Magic of Numbers, Maths a magic pot, Easy ways in Maths.

1950 ജനുവരി 17-ന് കണ്ണൂർ ജില്ലയിലെ എടയന്നൂരിനടുത്ത് ജനിച്ചു. കൂടാളി ഹൈസ്കൂളിൽ അദ്ധ്യാപകനായിരുന്നു. ഇപ്പോൾ ജോലിയിൽനിന്ന് വളണ്ടറി റിട്ടയർമെന്റ് വാങ്ങി ഗ്രന്ഥരചനയിൽ കൂടുതൽ ശ്രദ്ധിക്കുന്നു. ഡൽഹിയിൽനിന്ന് ഓറിയന്റേഷൻ കോഴ്സ് (CCRT), റിസോഴ്സ് പേഴ്സൺ, ട്രെയിനിംഗ് കോഴ്സ് (NCERT) എന്നിവയടക്കം നിരവധി കോഴ്സുകളിലും സെമിനാറുകളിലും പങ്കെടുത്തിട്ടുണ്ട്. കേരള വിദ്യാഭ്യാസവകുപ്പ് സംസ്ഥാനാടിസ്ഥാനത്തിൽ നടത്തിയ ഗണിത ശാസ്ത്ര പഠനോപകരണ നിർമ്മാണമത്സരത്തിൽ സമ്മാനം നേടിയിട്ടുണ്ട്. പാഠപുസ്തകങ്ങൾ ഉൾപ്പെടെ സംസ്ഥാന വിദ്യാഭ്യാസ ഇൻസ്റ്റിറ്റ്യൂട്ടിനു വേണ്ടിയും NCERTക്ക് വേണ്ടിയും ഗ്രന്ഥരചനയിൽ സഹകരിച്ചിട്ടുണ്ട്. കേരള സംസ്ഥാന ബാലസാഹിത്യ ഇൻസ്ററിററ്യൂട്ട് ഭരണസമിതി അംഗവും, തളിര് പത്രാധിപസമിതി അംഗവുമാണ്. ബാലസാഹിത്യത്തിനുള്ള സമഗ്ര സംഭാവനയ്ക്കുള്ള സംസ്ഥാന സർക്കാറിന്റെ അവാർഡ്, ഭീമ പ്രത്യേക പുരസ്കാരം, ഭാരത്എക്സലൻസ് അവാർഡ്, സുഭദ്രാ കുമാരി ചൗഹാൻ ജന്മശതാബ്ദിപുരസ്കാരം, ഹൈസ്കൂൾ അദ്ധ്യാപകർക്കുള്ള സംസ്ഥാന അവാർഡ്, സംസ്ഥാന ബാലസാഹിത്യ ഇൻസ്റ്റിറ്റ്യൂട്ടിന്റെ വൈജ്ഞാനിക സാഹിത്യ അവാർഡ് (സംഖ്യകളുടെ കഥ), കേരള സാഹിത്യ അക്കാദമി അവാർഡ് (പൂജ്യത്തിന്റെ കഥ), ആശ്രയ ബാലസാഹിത്യ അവാർഡ് (അത്ഭുത സംഖ്യകൾ), അദ്ധ്യാപക കലാസാഹിത്യ സമിതി അവാർഡ് (സംഖ്യകളുടെ ജാലവിദ്യകൾ), സമന്വയ ബാലസാഹിത്യ അവാർഡ്,മികച്ച ശാസ്ത്രഗ്രന്ഥത്തിനുള്ള സംസ്ഥാന സർക്കാരിന്റെ അവാർഡ് എന്നിവ നേടിയിട്ടുണ്ട്. നൂറിലേറെ കൃതികൾ.

വിലാസം: പള്ളിയറ ശ്രീധരൻ, വാരം, കണ്ണൂർ- 670 594
9847178201,04972721526.

www.palliyarasreedharan.com.

EMail : palliyarasreedharan@gmail.com.

പള്ളിയറ ശ്രീധരൻ

ഉള്ളടക്കം

ആമുഖം

ശാസ്ത്രത്തിന്റെയും സാങ്കേതികവിദ്യകളുടെയും വികാസത്തിന്റെ ഫലമായി ഗണിതക്രിയകൾ ഇപ്പോൾ വളരെ എളുപ്പത്തിൽ ചെയ്യാമെന്ന നില വന്നിട്ടുണ്ട്. കാൽക്കുലേറ്ററുകളും , കമ്പ്യൂട്ടറുകളും ഉപയോഗിച്ച് ഗണിതക്രിയകൾ വളരെ എളുപ്പത്തിൽ ചെയ്യാൻ സാധിക്കും.

വളരെ അടുത്തകാലത്ത് മാത്രമാണ് മനുഷ്യന് ഗണിതക്രിയകൾ എളുപ്പത്തിൽ നിർവ്വഹിക്കാനുള്ള കഴിവ് നേടിയെടുക്കാൻ സാധിച്ചത്. സഹസ്രാബ്ദങ്ങളായി ജനങ്ങൾക്ക് ഗണിതക്രിയ വളരെ സങ്കീർണ്ണമായിരുന്നു.

നാല് ക്രിയകളാണല്ലോ ഗണിതശാസ്ത്രത്തിൽ അടിസ്ഥാനക്രിയകളായി അറിയപ്പെടുന്നത്. ഇവയിൽ 'ഗുണിക്കുക' എന്ന ക്രിയക്ക് ലോകത്തിന്റെ വിവിധ ഭാഗങ്ങളിൽ അനേകം രീതികൾ പ്രചാരത്തിലുണ്ടായിരുന്നു എന്ന കാര്യം വളരെ അത്ഭുതകരവും കൗതുകകരവുമാണ് ഓരോ പ്രദേശത്തും വികസിച്ചുവന്ന വ്യത്യസ്തരീതികൾ ഗുണനത്തിന്റെ സങ്കീർണ്ണതയാണ് വ്യക്തമാക്കുന്നത്. അടിസ്ഥാന ക്രിയകളിൽ ഏറ്റവും കൂടുതൽ വിവിധ രീതികൾ പ്രചാരത്തിലുള്ളത് ഗുണനത്തെ സംബന്ധിച്ചു തന്നെയാണ്.

ഗുണനത്തിന് ഒരു ചരിത്രം തന്നെ അവകാശപ്പെടാനുണ്ട്. ആരെയും അമ്പരപ്പിക്കാൻ പോകുന്നതാണ് ഗുണനത്തിന്റെ ചരിത്രം. ഗുണനത്തിന്റെ ചരിത്രത്തിലുണ്ടായ ചില നാഴികക്കല്ലുകളെ പരിചയപ്പെടുത്താനുള്ള ഒരു എളിയ ശ്രമമാണ് ഈ കൃതി.

ഗുണനത്തിന് ഉപയോഗിച്ചിരുന്ന, അഥവാ ഇപ്പോഴും ഉപയോഗിക്കുന്ന ഇരുപതിലേറെ രീതികൾ ഈ ഗ്രന്ഥത്തിൽ വിശദീകരിക്കുന്നുണ്ട്. ഇവിടെ പരാമർശിക്കപ്പെട്ട രീതികൾ മാത്രമല്ല, ഇനിയും അനേകം രീതികൾ ഗുണനത്തെപ്പറ്റി പ്രസ്താവിക്കാനുണ്ട്. ഗുണനത്തിന്റെ ചരിത്രം ഈ കൊച്ചുപുസ്തകത്തിന്റെ പരിധിക്ക് പുറത്താണ്.

ഗുണനം എന്ന ഒരു അടിസ്ഥാന ഗണിതക്രിയയെപ്പറ്റി മാത്രം ഇങ്ങനെയൊരു പുസ്തകം മലയാളത്തിൽ ആദ്യമാണെന്ന് തോന്നുന്നു. എന്റെ മറ്റ് പുസ്തകങ്ങൾ ഹൃദയപൂർവ്വം സ്വാഗതം ചെയ്ത മലയാളികളോട് നിസ്സീമമായ നന്ദി പ്രകാശിപ്പിച്ചുകൊണ്ട് ഈ പുസ്തകം സമർപ്പിക്കുന്നു.

പള്ളിയറ ശ്രീധരൻ

എന്താണ് ഗുണനം ?

ഗണിതശാസ്ത്രത്തിൽ നാല് ക്രിയകളാണ് അടിസ്ഥാനക്രിയകളായി അറിയപ്പെടുന്നത്. സങ്കലനം (Addition) വ്യവകലനം (Subtraction) ഗുണനം (Multiplication) ഹരണം (Division) എന്നിവയാണ് അടിസ്ഥാന ചതുഷ്ക്രിയകൾ (Four fundamental operations). ഇവ + , – , X, ÷ എന്നീ ചിഹ്നങ്ങൾ കൊണ്ട് രേഖപ്പെടുത്തുന്നു.

മനുഷ്യൻ ആദ്യം കണ്ടുപിടിച്ച സംഖ്യ 'ഒന്ന്' ആണ്. പിന്നീട് ഒന്നിനോട് 'ഒന്ന്' ചേർത്താണ് 'രണ്ട്' ഉണ്ടായത്. ഇങ്ങനെ 'ഒന്നി' നോട് 'ഒന്ന്' ചേർക്കുന്ന കൃതിയാണ് സങ്കലനം. രണ്ടിനോട് ഒന്നുകൂടി ചേർത്തപ്പോൾ മൂന്ന് കിട്ടി. മൂന്നിനോട് ഒന്ന് ചേർത്തപ്പോൾ 'നാല്' കിട്ടി. ഇങ്ങനെ മനുഷ്യൻ വലിയ വലിയ സംഖ്യകളിലെത്തി. 'സങ്കലന' ത്തിലൂടെയാണ് പുതിയ പുതിയ സംഖ്യകളിലെത്തിയതെന്ന് സാരം.

ഇങ്ങനെ ഓരോ സംഖ്യയിലെത്താനും മനുഷ്യൻ 'ഒന്നി' നെയാണ് ഉപയോഗിച്ചത്. അതിനാൽ 'ഒന്ന്' സംഖ്യയുടെ സൃഷ്ടികർത്താവാണ് ആദ്യകാലത്ത് ഒന്നിന് സംഖ്യാ പദവി നൽകിയിരുന്നില്ല. മുട്ടയിൽ നിന്നാണ് കോഴിയുണ്ടാവുന്നത് പക്ഷെ മുട്ടക്ക് കോഴിയുടെ പദവി നൽകാമോ എന്നാണ് ഒന്നിന് സംഖ്യാപദവി നിഷേധിച്ചവരുടെ വാദം. ഏതായാലും മനുഷ്യൻ ആദ്യം കണ്ടുപിടിച്ച സംഖ്യ ഒന്നും , ആദ്യം ഉപയോഗിച്ച ഗണിതക്രിയ സങ്കലനവുമാണ്.

മനുഷ്യൻ എങ്ങിനെ ഗുണനക്രിയയിലെത്തി? അഥവാ എന്താണ് ഗുണനക്രിയ. ഗുണനം ഒരർത്ഥത്തിൽ സങ്കലനം തന്നെയാണ്.

സങ്കലനത്തിലൂടെ ഗുണനം

ഒരു കൈയ്യിൽ നമുക്ക് അഞ്ചു വിരലുകളുണ്ട്. ഒന്നുമുതൽ അഞ്ചുവരെ എണ്ണിനോക്കി നമുക്കിത് ബോദ്ധ്യപ്പെടാം.

മനുഷ്യന് രണ്ട് കൈകൾ ഉണ്ടല്ലോ. രണ്ടു കൈകളിലും കൂടി എത്ര വിരലുകൾ ഉണ്ട്?

അഞ്ചുവരെ നാം എത്തിയത് ഒന്നിനോട് ഒന്ന് കൂട്ടി അഥവാ സങ്കലനക്രിയ ചെയ്തുകൊണ്ടാണ്. അങ്ങിനെ സങ്കലനക്രിയ ചെയ്തു തന്നെ മുന്നോട്ടുപോകാം. ആറ്, ഏഴ്, എട്ട് എന്നിങ്ങനെ നമുക്ക് പത്തിലെത്താം. ഇതു കൂടാതെ അഞ്ചിനോട് അഞ്ച് കൂട്ടിയും പത്തിലെത്താം.

അതായത് $5 + 5 = 10$

ഇവിടെ 5 എന്ന സംഖ്യ ഒരിക്കൽ കൂടി ആവർത്തിക്കപ്പെടുന്നു. അതിനാൽ ഫലം ആവർത്തനസങ്കലനത്തിലൂടെ (Reapeated addition) ലഭിച്ചു എന്ന് പറയാം.

ഗുണനം രേഖപ്പെടുത്താൻ

അഞ്ചിനോട് അഞ്ച് കൂടി കൂട്ടി കിട്ടുന്ന ഫലമായ പത്ത് അഞ്ചിനെ രണ്ട് കൊണ്ട് ഗുണിച്ചാൽ കിട്ടും. അതായത് 5 X 2 = 10 ഇതിൽ അഞ്ചിനെ ഗുണ്യം (multiplicant) എന്നും രണ്ടിനെ ഗുണകം (multiplier) എന്നും പത്തിനെ ഗുണനഫലം (product) എന്നും വിളിക്കുന്നു.

അതായത് ഗുണ്യം x ഗുണകം = ഗുണനഫലം. ഇതിൽ x എന്നത് ഗുണന ചിഹ്നമാണ്. ഗുണ്യവും ഗുണകവും സംഖ്യയാകുമ്പോൾ ഗുണനത്തെ സൂചിപ്പിക്കാൻ x എന്ന ചിഹ്നം തന്നെയാണ്. സാധാരണ ഉപയോഗിക്കാറുള്ളത്.

ആൾജിബ്രയിൽ സംഖ്യങ്ങൾക്ക് പകരം അക്ഷരങ്ങൾ ഉപയോഗിക്കുന്ന പതിവുണ്ട്. ഇങ്ങനെ അക്ഷരങ്ങൾ ഉപയോഗിക്കുമ്പോൾ ഗുണനചിഹ്നത്തിന് പകരം ഒരു ബിന്ദു ചേർക്കാറുണ്ട്.

അതായത് x ക്ക് പകരം . എന്ന് ചേർക്കും. സംഖ്യകളാകുമ്പോൾ ഈ ബിന്ദു ചേർക്കാൻ പാടില്ല. കാരണം ഇത് ദശാംശബിന്ദുവായി തെറ്റിദ്ധരിക്കാൻ ഇടയുണ്ട്.

5.6 എന്ന് എഴുതിയാൽ 5.6 എന്ന അർത്ഥം കിട്ടില്ല. 5.6 എന്നത് ദശാംശസംഖ്യയെ സൂചിപ്പിക്കും. സംഖ്യകൾക്ക് പകരം സൂചിപ്പിക്കുന്ന അക്ഷരങ്ങൾ ചരങ്ങൾ (variables) എന്നാണ് അറിയപ്പെടുന്നത്. ചരങ്ങൾ തമ്മിലുള്ള ഗുണനം സൂചിപ്പിക്കാൻ ബിന്ദു ഇടണമെന്നും നിർബന്ധമില്ല. ab എന്നാൽ a യും b യും തമ്മിൽ ഗുണിച്ചത് എന്നു തന്നെയാണ് അർത്ഥം.

ഗുണനം രേഖപ്പെടുത്താൻ ബ്രാക്കറ്റ്കളും ഉപയോഗിക്കാറുണ്ട്. a(b) എന്ന് എഴുതിയാൽ a യും b യും ഗുണിച്ചത് എന്നാണർത്ഥം.

വ്യത്യസ്തക്രിയകൾ സൂചിപ്പിക്കുന്നതിന് കൂടുതൽ ബ്രാക്കറ്റുകൾ ആവശ്യമായി വരാറുണ്ട്. അതിനാൽ മൂന്നുവിധത്തിലുള്ള ബ്രാക്കറ്റുകളും പ്രചാരത്തിലുണ്ട്. നാം സർവ്വസാധാരണയായി ഉപയോഗിക്കുന്ന ബ്രാക്കറ്റ് സിംഗ്ൾ ബ്രാക്കറ്റ് എന്നറിയപ്പെടുന്നു. ഡബിൾ ബ്രാക്കറ്റ് സ്ക്വയർ ബ്രാക്കറ്റ് എന്നിവയും പ്രചാരത്തിലുണ്ട് .

ഗുണനരീതികൾ

ഗുണനത്തിന് ധാരാളം രീതികൾ പ്രചാരത്തിലുണ്ടെന്ന് നേരത്തെ സൂചിപ്പിച്ചുവല്ലോ. ചില രീതികൾ നമുക്ക് പരിചയപ്പെടാം.

ഗുണനപ്പട്ടികാരീതി

മനുഷ്യന് രണ്ടു കൈകളുണ്ട്. ഒരു കയ്യിൽ 5 വിരലുകൾ മറ്റൊരു കൈയിലും അഞ്ച് വിരലുകൾ. അപ്പോൾ ആകെ 10 വിരലുകൾ. വിരലുകളുടെ എണ്ണം കാണാൻ നാം ഒരു പുതിയ ക്രിയ ഉപയോഗിച്ചു. 5 x 2 . ഇത് പത്ത് ആണ് എന്ന് നാം മനസ്സിലാക്കി.

അപ്പോൾ 5 x 2 = 10.

ഒരു പാത്രത്തിൽ 5 നാരങ്ങയും മറ്റൊരു പാത്രത്തിൽ 4 നാരങ്ങയുമാണെങ്കിൽ ഈ ഗുണനക്രിയ നടപ്പില്ല. അതായത് തുല്യത പ്രധാനമാണ്.

2 x 5 , 3 x 4, എന്നിങ്ങനെയുള്ള ഗുണനഫലങ്ങൾ എങ്ങിനെയാണ് നാം കണ്ടുപിടിക്കുന്നത്? ഇതിന് ഗുണനപ്പട്ടികകളാണ് (multiplication tables) ഉപയോഗിക്കുന്നത്.

ഗുണനപട്ടികകൾ താഴെ കൊടുക്കുന്നു.

1 x 1 = 1
1 x 2 = 2
1 x 3 = 3
1 x 4 = 4
1 x 5 = 5
1 x 6 = 6
1 x 7 = 7
1 x 8 = 8
1 x 9 = 9
1 x 10 = 10

2 x 1 = 2
2 x 2 = 4
2 x 3 = 6
2 x 4 = 8
2 x 5 = 10
2 x 6 = 12
2 x 7 = 14
2 x 8 = 16
2 x 9 = 18
2 x 10 = 20

3 x 1 = 3
3 x 2 = 6
3 x 3 = 9
3 x 4 = 12
3 x 5 = 15
3 X 6 = 18
3 x 7 = 21
3 x 8 = 24
3 x 9 = 27
3 x 10 = 30

5 x 1 = 5
5 x 2 = 10
5 x 3 = 15
5 x 4 = 20
5 x 5 = 25
5 x 6 = 30
5 x 7 = 35
5 x 8 = 40
5 x 9 = 45
5 x 10 = 50

6 x 2 = 6
6 x 2 = 12
6 x 3 = 18
6 x 4 = 24
6 x 5 = 30
6 x 6 = 36
6 x 7 = 42
6 x 8 = 48
6 x 9 = 54
6 x 10 = 60

7 x 1 = 7
7 x 2 = 14
7 x 3 = 21
7 x 4 = 28
7 x 5 = 35
7 x 6 = 42
7 x 7 = 49
7 x 8 = 56
7 x 9 = 63
7 x 10 = 70

8 x 1 = 8
8 x 2 = 16
8 x 3 = 24
8 x 4 = 32
8 x 5 = 40
8 x 6 = 48
8 x 7 = 56
8 x 8 = 64
8 x 9 = 72
8 x 10 = 80

9 x 1 = 9
9 x 2 = 18
9 x 3 = 27
9 x 4 = 36
9 x 5 = 45
9 x 6 = 54
9 x 7 = 63
9 x 8 = 72
9 x 9 = 81
9 x 10 = 90

10 x 1 = 10
10 x 2 = 20
10 x 3 = 30
10 x 4 = 40
10 x 5 = 50
10 x 6 = 60
10 x 7 = 70
10 x 8 = 80
10 x 9 = 90
10 x 10 = 100

ഗുണനപട്ടികയെ ചുരുക്കി നമുക്ക് താഴെ കൊടുത്തിരിക്കുന്ന രീതിയിലും എഴുതാം.

	0	1	2	3	4	5	6	7	8	9	10	11	12
0	0	0	0	0	0	0	0	0	0	0	0	0	0
1	0	1	2	3	4	5	6	7	8	9	10	11	12
2	0	2	4	6	8	10	12	14	16	18	20	22	24
3	0	3	6	9	12	15	18	21	24	27	30	33	36
4	0	4	8	12	16	20	24	28	32	36	40	44	48
5	0	5	10	15	20	25	30	35	40	45	50	55	60
6	0	6	12	18	24	30	36	42	48	54	60	66	72
7	0	7	14	21	28	35	42	49	56	63	70	77	84
8	0	8	16	24	32	40	48	56	64	72	80	88	96
9	0	9	18	27	36	45	54	63	72	81	90	99	108
10	0	10	20	30	40	50	60	70	80	90	100	110	120
11	0	11	22	33	44	55	66	77	88	99	110	121	132
12	0	12	24	36	48	60	72	84	96	108	120	132	144

ഈ ഗുണനപ്പട്ടിക ഉപയോഗിച്ച് നമുക്ക് 12 വരെയുള്ള ഏതു രണ്ടു സംഖ്യകളും തമ്മിൽ ഗുണിക്കാം. അപ്പോൾ ആവർത്തക സങ്കലനത്തിലൂടെയും ഗുണനപ്പട്ടിക ഉപയോഗിച്ചും സംഖ്യകളുടെ ഗുണനഫലം കണ്ടുപിടിക്കാം.

ഒരക്കം മാത്രമുള്ള രണ്ടു സംഖ്യകളുടെ ഗുണനഫലം മാത്രമേ മുകളിൽ കൊടുത്തിട്ടുള്ള ഗുണനപ്പട്ടിക ഉപയോഗിച്ച് ചെയ്യാൻ സാധിക്കുകയുള്ളൂ. രണ്ടോ അതിൽ കൂടുതലോ അക്കങ്ങൾ ഉള്ള സംഖ്യകൾ ഗുണിക്കേണ്ടി വരുമ്പോൾ ഗുണനപ്പട്ടിക വലുതാക്കേണ്ടതുണ്ട്. വലിയസംഖ്യകൾ തമ്മിൽ ഗുണിക്കാൻ ഗുണനപ്പട്ടിക ഉപയോഗിക്കുന്നത് പ്രായോഗികമല്ല. സാധാരണയായി ഒരക്കം മാത്രമുള്ള സംഖ്യകൾ ഗുണിക്കാനാണ് പട്ടിക ഉപയോഗിക്കുന്നത്. വലിയസംഖ്യകൾ തമ്മിൽ ഗുണിക്കേണ്ടിവരുമ്പോൾ മറ്റു മാർഗങ്ങൾ സ്വീകരിക്കുന്നു. ഇവയിലൊന്നാണ് തിരശ്ചീനരീതി.

തിരശ്ചീന രീതി
(Horizontal Method)

ഗുണിക്കുന്ന സംഖ്യകൾ അഥവാ ഗുണ്യവും ഗുണകവും തിരശ്ചീനരീതിയിലെഴുതുന്ന രീതിയാണിത്. 23നെ 45 കൊണ്ട് ഗുണിക്കുമ്പോൾ 23 x 45 എന്നെഴുതുന്നതാണ് തിരശ്ചീനരീതി. തിരശ്ചീനരീതിയിൽ എങ്ങിനെ ഗുണനക്രിയ ഉപയോഗിക്കുന്നുവെന്ന് നമുക്ക് പരിശോധിക്കാം.

നേരത്തെ സൂചിപ്പിച്ചതുപോലെ 23, 45 എന്നീ സംഖ്യകളെ തിരശ്ചീനരീതിയിലെഴുതുക.

23 x 45

ഇവിടെ ഒന്നാം സ്ഥാനത്തെ അക്കങ്ങൾ 3,5 എന്നിവയാണല്ലോ. ഇവയുടെ ഗുണനഫലം കാണുക. 3x5=15 ഇതിൽ ഒന്നാം സ്ഥാനത്തെ 5 എന്ന അക്കം 3 ന് താഴെ ചേർക്കുക. 1നെ അടുത്ത ക്രിയയിലേക്ക് മാറ്റുക.

2 3 x 45

5

അടുത്തതായി ഗുണ്യത്തിലെ പത്താംസ്ഥാനത്തെ അക്കമായ 2, ഗുണകത്തിലെ ഒന്നാം സ്ഥാനത്തെ അക്കമായ 5 കൊണ്ട് ഗുണിക്കുക.

2 x 5 = 10 നേരത്തെ ബാക്കിയുള്ള 1 കൂടി കൂട്ടുക

10 + 1 = 11

ഇത് ഗുണനഫലമായി എഴുതിയ 5 ന്റെ ഇടതുഭാഗത്ത് ചേർക്കുക.

2 3 x 4 5

1 1 5

ഗുണകത്തിലെ പത്താം സ്ഥാനത്തെ അക്കം 4ആണ്. ഇതിനെ ഗുണ്യത്തിലെ ഒന്നാം സ്ഥാനത്തെ അക്കം മൂന്നുകൊണ്ട് ഗുണിക്കുക.
3 x 4 = 12

4 എന്നത് പത്താംസ്ഥാനത്തെ അക്കമാണല്ലോ. ഗുണനഫലത്തിലെ 5 ഒന്നാംസ്ഥാനത്തെ അക്കമാണ്. ഇതിന്റെ നേരെ ഇടതുഭാഗത്ത് കാണുന്ന 1 ആണ് പത്താംസ്ഥാനത്തെ അക്കം. ഈ അക്കത്തിന് താഴെ നമുക്ക് ഗുണനഫലമായി കിട്ടിയ 12 ലെ 2 എന്ന അക്കം ചേർക്കുക. 1 അടുത്ത ക്രിയക്ക് മാറ്റുക.

2 3 x 4 5

115

2

ഇനി ഗുണ്യത്തിലെ പത്താംസ്ഥാനത്തെ അക്കമായ 2 നെ ഗുണകത്തിലെ പത്താംസ്ഥാനത്തെ അക്കമായ 4കൊണ്ട് ഗുണിക്കുക.

2 x 4 = 8

നേരത്തെ ബാക്കിയുള്ള 1 കൂടി കൂട്ടുക.

8+1=9

ഇത് 2ന്റെ ഇടതുഭാഗത്ത് ചേർക്കുക.

2 3 x 45

115

9 2

ഗുണനഫലങ്ങൾ തമ്മിൽ സ്ഥാനക്രമത്തിനനുസരിച്ച് കൂട്ടുക.

2 3 x 4 5

115

9 2

1 0 3 5

ഇതേ പോലെ മറ്റു സംഖ്യകളുടെ ഗുണനഫലം കണ്ടുപിടിക്കാം. ലംബരീതിയിലും ഇതേ രീതിയിൽ ഗുണനഫലം കാണാം.

ലംബരീതി
(Vertical Method)

ഗുണിക്കാനുള്ള സംഖ്യകളിൽ ഗുണ്യത്തേയും ഗുണകത്തേയും ലംബരീതിയിൽ എഴുതുന്നതാണ് ലംബരീതി. 23, 45 എന്നീ സംഖ്യകൾ തമ്മിൽ ഗുണിക്കേണ്ടി വരുമ്പോൾ സംഖ്യകളെ

23 x
45

എന്നിങ്ങനെ എഴുതുന്നു. ഗുണനം നിർവ്വഹിക്കുന്ന രീതി തിരശ്ചീന രീതിയിൽ ചെയ്തതുപോലെ ചെയ്യാം.

ഗുണനത്തിന്റെ ചരിത്രം

മനുഷ്യൻ ആദ്യമായി എണ്ണുന്നതിന് അവൻ കൈവിരലുകളാണ് ഉപയോഗിച്ചിരുന്നത്. വളരെക്കാലം കൊണ്ടാണ് കണക്കു കൂട്ടലിന് മണിച്ചട്ടം (Abacus) ഉപയോഗിച്ച് തുടങ്ങിയത്. മണിച്ചട്ടത്തിന് പല പരിഷ്ക്കാരങ്ങൾ വരുത്തി കണക്കു കൂട്ടൽ യന്ത്രത്തി (Calculating Machine)ലെത്തി. കണക്കു കൂട്ടൽ യന്ത്രത്തിന് പല പരിഷ്ക്കാരങ്ങളും വരുത്തി ആധുനിക കമ്പ്യൂട്ടറിലെത്തിച്ചേർന്നു. ഇതിനിടയിൽ സ്ലൈഡ് റൂൾ (Slide Rule) നാപ്പിയരുടെ കോലുകൾ (Napier's rods or Napier's bones) തുടങ്ങിയ ഉപകരണങ്ങളും ലോഗരിതം പോലുള്ള രീതികളും പ്രചാരത്തിൽ വന്നിരുന്നു. പക്ഷെ അവയൊന്നുംതന്നെ ഇപ്പോൾ വ്യാപകമായി ഉപയോഗിക്കുന്നില്ല. കണക്കു കൂട്ടുന്നതിന് ഇപ്പോൾ വ്യാപകമായി ഉപയോഗിക്കുന്നത് കാൽക്കുലേറ്ററുകളും കമ്പ്യൂട്ടറുകളുമാണ്.

ആവർത്തിച്ചുള്ള സങ്കലനമാണ് ഗുണനം എന്ന് നേരത്തെ സൂചിപ്പിച്ചുവല്ലോ. തുല്ല്യമായ എണ്ണം വസ്തുക്കൾ പലതവണ കൂട്ടുമ്പോൾ ഉണ്ടാകുന്ന പ്രയാസം ലഘൂകരിക്കാനുള്ള ശ്രമത്തോടെയാണ്

ഗുണനം എന്ന ആശയത്തിൽ മനുഷ്യൻ എത്തിച്ചേർന്നത്. ഗുണനം എന്നർത്ഥമുള്ള ഇംഗ്ലീഷ് വാക്ക് Multiplication ആണ്. Multus, plicare എന്നീ രണ്ട് ലാറ്റിൻ പദങ്ങളിൽ നിന്നാണ് Multiplication രൂപപ്പെട്ടത്. Multus എന്നാൽ Many എന്നർത്ഥമാകുന്നു. Plicare ന്റെ അർത്ഥം to fold. അപ്പോൾ Multiplication ന് many fold എന്നർത്ഥം കിട്ടുന്നു. ഗുണിച്ചാൽ കിട്ടുന്ന ഫലം Product എന്നാണ് അറിയപ്പെടുന്നത്. Product എന്ന പദത്തിന് ഗുണനഫലം എന്ന അർത്ഥം ഉണ്ടായിരുന്നില്ല. ഒരു ഗണിതക്രിയയുടെ ഫലം എന്ന അർത്ഥത്തിൽ മാത്രമാണ് Product ഉപയോഗിച്ചിരുന്നത്. Producare എന്ന ലാറ്റിൻ വാക്കിൽ നിന്നാണ് Product രൂപപ്പെട്ടത് Producare എന്ന ലാറ്റിൻ വാക്ക് to lead forth എന്ന അർത്ഥമാകുന്നു. ഇതിന് result എന്ന് മാത്രമേ അർത്ഥമുണ്ടായിരുന്നുള്ളൂ. അച്ചടി നിലവിൽ വന്നതോടെയാണ് Product എന്ന വാക്ക് ഗുണനഫലത്തിന് മാത്രമായി സംവരണം ചെയ്യപ്പെട്ടത്.

റോമക്കാരും, ഈജിപ്ഷ്യകാരും, ഗ്രീക്കുകാരുമെല്ലാം ഗുണനക്രിയക്ക് അവരവരുടെ രീതികൾ ആവിഷ്ക്കരിച്ചിരുന്നു. ഭാരതത്തിൽ. ഭാസ്കരാചാര്യരാണ് തന്റെ പ്രശസ്തമായ ലീലാവതി എന്ന ഗ്രന്ഥത്തിൽ ഗുണനത്തിനുള്ള വിവിധ രീതികൾ വിശദീകരിച്ചത്. അദ്ദേഹം തന്റെ ഗ്രന്ഥത്തിൽ അഞ്ചുരീതികളിലുള്ള ഗുണനം വിശദീകരിക്കുന്നുണ്ട്. അദ്ദേഹത്തിന്റെ വ്യാഖ്യാതാക്കൾ രണ്ടെണ്ണംകൂടി ചേർത്ത് ഏഴ് രീതികളാക്കി. ഈ രീതികൾ കൂടാതെ ഒരു രീതികൾ കൂടി ചേർത്ത് എട്ടെണ്ണം പസ്സിയോലി 1494ൽ പ്രസിദ്ധീകരിച്ച സൂമ എന്ന ഗ്രന്ഥത്തിൽ കാണാം. ഇവ ഇറ്റലിക്കാരനായിരുന്ന പസ്സിയോലിയുടെ രീതികളായി (Pacioli's eight plans) അറിയപ്പെടുന്നു.

നാം ഇന്ന് സാധാരണ ഉപയോഗിക്കുന്ന രീതിയെ പസ്സിയോലി multiplicatio bericocoli vel scachiert എന്നാണ് വിളിച്ചിരുന്നത്. ഇതുപ്രകാരമുള്ള ഗുണനരീതി താഴെകൊടുക്കുന്നു.

3 4 6

4 7 2

			6	9	2
	2	4	2	2	
1	3	8	4		
1	6	3	3	1	2

ചെസ്സ് ബോർഡ് രീതി
(Chess board method)

വളരെ പ്രചാരമുള്ള ഒരു കളിയാണല്ലോ ചെസ്സ്. ചെസ്സിന് 64 സമചതുരങ്ങളുള്ള ഒരു ബോർഡ് ഉപയോഗിക്കുന്നു. സമചതുരാകൃതിയിലുള്ള ചെസ്സ് ബോർഡിനെ ഓർമ്മിപ്പിക്കുന്ന ഒരിനം ഗുണനരീതിയാണ് ചെസ്സ് ബോർഡ് രീതി

6400 നെ 37 കൊണ്ട് ചെസ്സ്ബോർഡ് രീതിയിൽ എങ്ങിനെ ഗുണിക്കാമെന്ന് നോക്കാം. താഴെ കൊടുത്തിരിക്കുന്ന ചിത്രം ശ്രദ്ധിക്കുക.

CM	XM	M	C	X	I
		6	4		
		2	8		
	4	2			
	1	2			
1	8				
2	3	6	8		
				3	7

ചിത്രത്തിൽ മുകളിൽ സ്ഥാനവിലകളാണ് നൽകിയിട്ടുള്ളത്. റോമൻ സംഖ്യാസമ്പ്രദായത്തിലുള്ള ഈ സംഖ്യകൾ യഥാക്രമം 1, 10, 100, 1000, ... എന്നീ സംഖ്യകളെ സൂചിപ്പിക്കുന്നു. 6400 എന്ന സംഖ്യയെ 6 4 എന്നാണ് സൂചിപ്പിച്ചിരിക്കുന്നത്. സ്ഥാനവില അനുസരിച്ചാണ് സംഖ്യയിലെ അക്കങ്ങൾ എഴുതിയിട്ടുള്ളത്.

പൂജ്യങ്ങൾ ഒഴിവാക്കിയിട്ടുണ്ടെങ്കിലും 64 സൂചിപ്പിക്കുന്നത് 6400 എന്നാണ്.

ചെസ്സ് ബോർഡിന്റെ ഏറ്റവും അടിയിലായി സ്ഥാനവിലക്ക് അനുസരിച്ച് തന്നെ 37 എഴുതിയിരിക്കുന്നു.

ഇപ്പോൾ 64 നെ 37 കൊണ്ട് ഗുണിക്കുന്ന പ്രതീതിയാണ് നമുക്ക് അനുഭവപ്പെടുന്നത്. ആദ്യം ഒന്നാം സ്ഥാനത്തെ അക്കങ്ങളായ 7 ഉം 4 ഉം ഗുണിക്കുക. ഫലം 28 ബോർഡിൽ ചേർത്തിരിക്കുന്നത് കാണാം. ഇതുപോലെ മറ്റ് അക്കങ്ങളും ഗുണിച്ചുള്ള ഫലങ്ങൾ ബോർഡിൽ എഴുതിയിരിക്കുന്നു. ഈ നാല് ഗുണനഫലങ്ങളും ക്രമത്തിൽ കൂട്ടിയാലുള്ള ഫലം 2368 എന്ന് കാണാം. ഒന്നാം സ്ഥാനവും പത്താം സ്ഥാനവും 'ശൂന്യ'മാണ്. ഇവ പൂജ്യമായി പരിഗണിക്കുക അപ്പോൾ ഗുണനഫലം 236800 ആയിരിക്കും.

നാം ഇന്ന് സാധാരണ ഉപയോഗിക്കുന്ന ഗുണനരീതിയുമായി ഇതിന് കാര്യമായ വ്യത്യാസമില്ല എന്ന് കാണാം. വിവിധ രാജ്യങ്ങളിൽ പല പേരുകളിൽ ഈ രീതി അറിയപ്പെട്ടിരുന്നു.

ഗോപുരരീതി
(Castle Method)

പസിയോലി അവതരിപ്പിച്ച ഗോപുരരീതി ഗുണനത്തിനുള്ള മറ്റൊരു രീതിയാണ്.

ഈ രീതിയിൽ ഉള്ള ഗുണനം താഴെ കൊടുക്കുന്നു.

435 നെ 679 കൊണ്ട് ഗുണിക്കണമെന്നിരിക്കട്ടെ ഗുണിക്കാനുള്ള സംഖ്യകൾ താഴെ കൊടുത്ത രീതിയിൽ എഴുതുക

4 3 5

6 7 9

679 നെ 4 കൊണ്ട് ഗുണിക്കുക 679 x 4 = 2716 ഇതിൽ 4 എന്നത് നൂറാം സ്ഥാനത്തെ അക്കമാണ്. അതിനാൽ ഗുണനഫലത്തിൽ 2 പൂജ്യങ്ങൾ കൂട്ടിച്ചേർത്ത് എഴുതുക.

4 3 5

6 7 9

2 7 1 6 0 0

ഇനി 679 നെ 3 കൊണ്ട് ഗുണിക്കുക 679 x 3 = 2037

3 എന്നത് 10 -ാം സ്ഥാനത്തെ അക്കമായതിനാൽ ഒരു പൂജ്യം താഴെ ചേർക്കുക

4 3 5
6 7 9
2 7 1 6 0 0
2 0 3 7 0

ഇനി ഒന്നാം സ്ഥാനത്തെ അക്കമായ 5 കൊണ്ട് ഗുണിച്ച് താഴെ ചേർക്കുക 679 x 5 = 3395

മൂന്ന് ഗുണനഫലങ്ങളുടെയും തുക കാണുക

4 3 5
6 7 9
2 7 1 6 0 0
2 0 3 7 0
3 3 9 5
2 9 5 3 6 5

റെപിഗോ രീതി
(Repiego Method)

ആധുനിക ഗണിത പുസ്തകങ്ങളിൽ ഒരു ഗുണന രീതിയായി വിവരിക്കപ്പെടുന്ന ഇറ്റാലിയൻ രീതിയാണ് റെപിഗോ രീതി. ഗുണിക്കാനുള്ള സംഖ്യകളെ ഘടകങ്ങളാക്കി ഗുണനം എളുപ്പമാക്കുകയാണ് ഈ രീതിയിൽ ചെയ്യുന്നത്. ഉദാഹരണമായി ഒരു സംഖ്യയെ 56 കൊണ്ട് ഗുണിക്കേണ്ടി വരുമ്പോൾ സംഖ്യ 7, 8 എന്നിവ കൊണ്ട് ഗുണിച്ച് തുക കാണുന്നു.

ഈ രീതി ആവിഷ്ക്കരിച്ചത് ഭാരതീയരാണ്. ഭാസ്കരാചാര്യരുടെ ലീലാവതി എന്ന ഗ്രന്ഥത്തിൽ വിഭാഗ എന്ന പേരിൽ കൊടുത്തിരിക്കുന്ന രീതി അറബികളിലൂടെ ഇറ്റലിയിൽ എത്തിയതാണെന്ന് ഗണിതശാസ്ത്രചരിത്രപണ്ഡിതന്മാർ കണ്ടെത്തിയിട്ടുണ്ട്.

സ്ക്കാപെസ്സോ രീതി
(The Scapesso Method)

പാസിയോലി അവതരിപ്പിച്ച ഒരു ഗുണനരീതിയാണിത്. സ്ക്കാപ്പെസ്സോ എന്നത് ഇറ്റാലിയൻ പേരാണ്. ഗുണിക്കുന്നതിനുള്ള ഒരു സംഖ്യയെ പിരിച്ചെഴുതിയാണ് ഈ രീതിയിൽ ഗുണനം നിർവ്വഹിക്കുന്നത്. സംഖ്യകൾ പിരിച്ചെഴുതുമ്പോൾ ഗുണനം അഥവാ ഘടകങ്ങളല്ല ഉപയോഗിക്കുന്നത് സങ്കലനമാണ്. 1556ൽ ടാർട്ടാഗ്ലിയ നൽകിയ ഉദാഹരണം താഴെ കൊടുക്കുന്നു

$$26 \times 67 = (3 + 4 + 5 + 6 + 8) \times 67$$

$$= 201 + 268 + 335 + 402 + 536 = 1742$$

26 നെ 20 + 6 എന്ന രീതിയിൽ പിരിച്ചെഴുതി ക്രിയ ചെയ്യുന്നത് ഒരു പക്ഷേ ഇതിനേക്കാൾ എളുപ്പമായി അനുഭവപ്പെടാം. ഗുണിക്കുന്നതിനുള്ള ഒരു രീതി എന്ന നിലയിൽ ഗുണനചരിത്രത്തിൽ ഈ രീതിക്ക് സ്ഥാനമുണ്ട്.

ഇരട്ടിക്കൽ പകുതിയാക്കൽ രീതി

ഇരട്ടിക്കൽ പകുതിയാക്കൽ രീതിയിൽ ഗുണിക്കാനുള്ള ഒരു സംഖ്യ പകുതിയാക്കണം മറ്റേ സംഖ്യ ഇരട്ടിക്കണം. ഇങ്ങനെ പകുതിയാക്കുമ്പോൾ ശിഷ്ടം ഒഴിവാക്കണം. ഉദാഹരണമായി 5 -നെ പകുതിയാക്കുമ്പോൾ 2 മാത്രമെ സ്വീകരിക്കേണ്ടതുള്ളൂ. 5 -നെ 2 കൊണ്ട് ഹരിച്ചാൽ കിട്ടുന്ന ശിഷ്ടം ഒഴിവാക്കണം.

പകുതിയാക്കുന്ന ക്രിയ ഒന്നിലെത്തുന്നതുവരെ തുടരണം.പകുതി യാക്കപ്പെട്ട സംഖ്യയിൽ ഇരട്ട വരുന്ന ഭാഗത്തെ "ഇരട്ടിയാക്കിയ സംഖ്യ" ഒഴിവാക്കി മറ്റ് സംഖ്യകളുടെ തുക കാണുക. ഈ തുക സംഖ്യകളുടെ ഗുണനഫലമായിരിക്കും. ഒരു ഉദാഹരണത്തിലൂടെ ഇത് വിശദമാക്കാം. 68-നെ 35 കൊണ്ട് ഗുണിക്കണമെന്നിരിക്കട്ടെ.

68 x 35 ൽ 68 നെ കിട്ടുന്നതുവരെ പകുതിയാക്കുക. 35 നെ ഇരട്ടിയാക്കി കൊണ്ടിരിക്കുക

പകുതി		ഇരട്ടി
68	x	35
34		70
17		140
8		280
4		560
2		1120
1		2240

പകുതിയാക്കിയതിൽ 17, 1 എന്നിവ മാത്രമേ ഒറ്റസംഖ്യയാ യിട്ടുള്ളൂ. ബാക്കിയെല്ലാം ഇരട്ട സംഖ്യകളാണ്. ഇരട്ട സംഖ്യയുടെ നേരെയുള്ള ഇരട്ടയാക്കിയ സംഖ്യകൾ ഒഴിവാക്കുക. ഒറ്റ സംഖ്യക ളുടെ നേരെയുള്ള സംഖ്യകളുടെ മാത്രം തുക കാണുക 17 ന് നേരെ 140 ഉം 1 ന് നേരെ 2240 ഉം കാണാം.

ഇവയുടെ തുക 140 + 2240 = 2380 ആയിരിക്കും.

ഇത് 6 8- ന്റെയും 3 5 ന്റെയും ഗുണനഫലമായിരിക്കും.

മറ്റൊരു ഉദാഹരണം കൂടി പരിശോധിക്കുക

58 നെ 27 കൊണ്ട് ഗുണിക്കണമെന്നിരിക്കട്ടെ പകുതിയും ഇരട്ടിയുമാക്കിയ സംഖ്യകൾ താഴെ കൊടുക്കുന്നു.

പകുതി	**ഇരട്ടി**
29	54
14	108
7	216
3	432
1	864

ഇടതു ഭാഗത്തു കാണുന്ന സംഖ്യകളിൽ 14 ഇരട്ടയാണ് ഇതിന് നേരെ വലതുഭാഗത്തുള്ള സംഖ്യ 108 ഒഴിവാക്കുക. ബാക്കി സംഖ്യകളുടെ തുക കാണും.

54 + 216 + 432 + 864 = 1566

58 നെ 27 കൊണ്ട് ഗുണിച്ചാലുള്ള ഫലം 1566 ആണല്ലോ.

ഗെലോഷ്യാരീതി
(Gelosia Method)

പാസിയോലി തന്റെ ഗ്രന്ഥത്തിൽ വിവരിച്ചിട്ടുള്ള ഗെലോഷ്യാ രീതി ആദ്യമായി രൂപം കൊണ്ടത് ഭാരതത്തിലാണ്. ഭാസ്കരാചാര്യരുടെ ലീലാവതി എന്ന ഗ്രന്ഥത്തിന്റെ വ്യാഖ്യാനത്തിൽ ഗണേശൻ ഇത് ആദ്യമായി വിശദീകരിച്ചിരിക്കുന്നു. ഹിന്ദുക്കളുടെ മറ്റ് ഗ്രന്ഥങ്ങളിലും ഈ രീതി വിവരിച്ചിട്ടുണ്ട്. ഹിന്ദുക്കൾ ഇതിന് 'ശബക്ക്' എന്നാണ് പേർ നൽകിയിട്ടുള്ളത്. ഭാരതത്തിൽ നിന്നും ഈ രീതി 1593-ൽ ചൈനയിലെത്തി. പിന്നീട് ഇത് അറബികൾക്കും പേർഷ്യക്കാർക്കും ലഭിച്ചു. കുറേ തലമുറകൾക്ക് ഈ രീതി വളരെ പ്രിയപ്പെട്ടതായിരുന്നു.

ഗെലോഷ്യാ രീതിയിൽ രണ്ട് സംഖ്യകളുടെ ഗുണനഫലം കാണുമ്പോൾ, സാധാരണ ചെയ്യാറുള്ളതുപോലെ ഓരോ അക്കങ്ങൾ തന്നെയാണ് പരസ്പരം ഗുണിക്കുന്നത്. പക്ഷെ ഗുണനഫലത്തിലെ അക്കങ്ങൾ ഓരോ സമചതുരത്തിൽ ചേർക്കുന്നു. ഒന്നാം സ്ഥാനത്തെയും പത്താം സ്ഥാനത്തെയും അക്കങ്ങൾ സമചതുരത്തിന്റെ ഒരു വികർണ്ണം വരക്കുന്നു. വികർണ്ണത്തിന്റെ താഴെയുള്ള അക്കം പത്താം സ്ഥാനത്തെയും മുകളിലുള്ള അക്കം ഒന്നാം സ്ഥാനത്തെയും അക്കമായിരിക്കും.

ഈ രീതിയിൽ രണ്ട് മൂന്നക്ക സംഖ്യകൾ തമ്മിലുള്ള ഗുണനം താഴെ കൊടുക്കുന്നു.

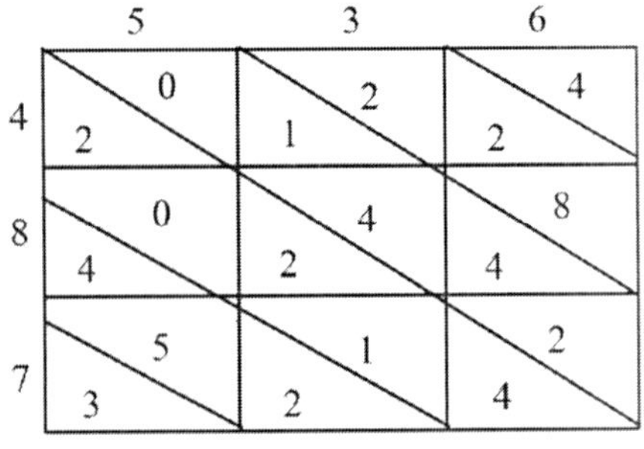

ഓരോ വരിയിലും നിരയിലുമുള്ള അക്കങ്ങൾ ഗുണിച്ച് അതാതിനു നേരെയുള്ള സമചതുരത്തിൽ ചേർത്തിരിക്കുന്നത് ശ്രദ്ധിക്കുക. ഇനി സ്ഥാനവിലകൾക്കനുസരിച്ച് കൂട്ടിയാണ് ഗുണനഫലത്തിൽ എത്തിച്ചേരുന്നത്.

ഗെലോഷ്യാ രീതിയിൽ വികർണ്ണങ്ങൾ തിരിച്ചും വരക്കാം. ഗെലോഷ്യാ രീതി പരിഷ്ക്കരിച്ചാണ് ജോൺ നാപ്പിയർ തന്റെ പ്രശസ്തമായ നേപ്പിയർ കോലുകൾ (Napeir's Rods) അവതരിപ്പിച്ചത്.

നാപിയർ കോലുകൾ

സങ്കലനം, വ്യവകലനം എന്നീ അങ്കഗണിത ക്രിയകൾ ചതുഷ്ക്രിയകളിൽ പൊതുവെ ലഘുവാണെന്ന് പറയാം. ഗുണനം, ഹരണം എന്നീ ക്രിയകളാണ് പൊതുവെ പ്രയാസമായിട്ടുള്ളത്. ഈ ക്രിയകൾ എങ്ങനെ ലഘുവാക്കി മാറ്റാം എന്ന കാര്യത്തിൽ ലോകത്തിലെമ്പാടുമുള്ള ഗണിതശാസ്ത്രജ്ഞന്മാർ വളരെയധികം സമയം ചെലവഴിച്ചിരുന്നു. സ്കോട്ട്ലൻ്കാരനായ ജോൺ

നാപ്പിയർ

നാപ്പിയറാണ് ഇക്കാര്യത്തിൽ ഏറ്റവും വിജയം വരിച്ചത്. അദ്ദേഹത്തിന്റെ പ്രശസ്തമായ രണ്ട് കണ്ടുപിടിത്തങ്ങളാണ് നാപ്പിയർ കോലുകളും Napier's rods or Napiers Bones) ലോഗരിതവും (Logarithms) ഈ രണ്ടു കണ്ടുപിടിത്തങ്ങൾ ഗണിതശാസ്ത്രത്തിന്റെ വികാസത്തിന് വളരെയേറെ സഹായിച്ചിട്ടുണ്ട്.

ഗെലോഷ്യാരീതി വികസിപ്പിച്ചാണ് ജോൺ നാപ്പിയർ ലോഗരിതം കണ്ടുപിടിച്ചതെന്ന് നേരത്തെ പ്രസ്താവിച്ചുവല്ലോ.

ഗെലോഷ്യാ രീതിയിലേതുപോലുള്ള ഗുണനഫലങ്ങൾ എഴുതിയി ട്ടുള്ള ചീളുകളാണ് നേപ്പിയർ കോലുകളിൽ ഉപയോഗിക്കുന്നത്. 0 മുതൽ 9 വരെയുള്ള അക്കങ്ങൾ പരസ്പരം ഗുണിച്ചാലുള്ള ഫലങ്ങൾ ഈ ചീളുകളിൽ രേഖപ്പെടുത്തിയിരിക്കും. മാതൃക ചിത്രത്തിൽ കൊടു ത്തിരിക്കുന്നു.

2	3	4	5	6	7	8	9
2	3	4	5	6	7	8	9
4	6	8	1/0	1/2	1/4	1/6	1/8
6	9	1/2	1/5	1/8	2/1	2/4	2/7
8	1/2	1/6	2/0	2/4	2/8	7/4	3/6
1/0	1/5	2/0	2/5	3/0	3/5	8/4	4/5
1/2	1/8	2/4	3/0	3/6	4/2	8/4	5/4
1/4	2/1	2/8	3/5	4/2	4/9	8/4	6/3
1/6	2/4	3/2	4/0	4/8	5/6	8/4	7/2
1/8	2/7	3/6	4/5	5/4	6/3	8/4	8/1
2/0	3/0	4/0	5/0	6/0	7/0	8/0	9/0

ഗുണിക്കാനുള്ള സംഖ്യയിലെ അക്കങ്ങൾ പരസ്പരം ചേർത്തുവെ ച്ചാണ് ഈ രീതിയിലും ഗുണനം നിർവഹിക്കുന്നത്.

ഉദാഹരണമായി 8 നെ 324 കൊണ്ട് ഗുണിക്കണമെന്നിരിക്കട്ടെ 3, 2, 4 എന്നീ അക്കങ്ങൾ കൊണ്ട് 8 കൊണ്ട് ഗുണിച്ചാലുള്ള ഫലമാണ് കാണേണ്ടത്. ഇതിന് ഈ അക്കങ്ങൾ മുകളിൽ എഴുതിയിരിക്കുന്ന കോലുകൾ ക്രമമായി താഴെ കൊടുത്തിരിക്കുന്നതു പോലെ വെക്കുക

	3	2	4
1	0/3	0/2	0/4
2	0/6	0/4	0/8
3	0/9	0/6	1/2
4	1/2	0/8	1/6
5	1/5	1/0	2/0
6	1/8	1/2	2/4
7	2/1	1/4	7/8
8	2/4	1/6	3/2
9	2/7	1/8	3/6

8 നെ 324 കൊണ്ടാണല്ലോ ഗുണിക്കേണ്ടത് 8 നേരെ 3, 2, 4 എന്നീ ചീളുകളിൽ കാണുന്ന ഗുണനഫലങ്ങൾ ശ്രദ്ധിക്കുക ഇത് താഴെ കൊടുത്തിരിക്കുന്ന രീതിയിലായിരിക്കും.

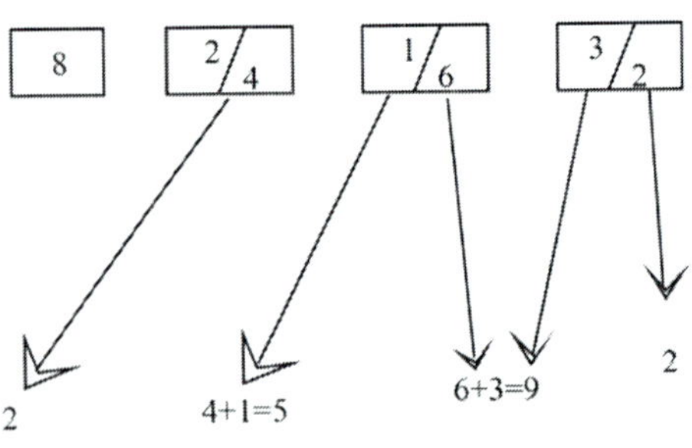

8 x 324 = 2 5 9 2

സ്ലൈഡ് റൂൾ (Slide Rule)

വില്യം ഔട്രഡ് എന്ന ഇംഗ്ലീഷ് ശാസ്ത്രജ്ഞൻ 1632-ൽ വികസിപ്പിച്ചെടുത്ത ഉപകരണമാണ് സ്ലൈഡ് റൂൾ.

സ്ലൈഡ് റൂളിൽ ഒരേ യൂനിറ്റിൽ അങ്കനം ചെയ്തിട്ടുള്ള രണ്ട് സ്കെയിലുകളാണ് ഉപയോഗിക്കുന്നത് ചില പ്രത്യേക ഇനം സംഖ്യകളുടെ ഗുണനത്തിനാണ് സ്ലൈഡ് റൂൾ ഉപയോഗിക്കുന്നത് ഉദാഹരണമായി 8, 32 എന്നീ സംഖ്യകളുടെ ഗുണനഫലം സ്ലൈഡ് റൂൾ ഉപയോഗിച്ച് കാണണമെന്നിരിക്കട്ടെ. 8, 32 എന്നീ സംഖ്യകൾക്കുള്ള ഒരു പ്രത്യേകത ഇവയെ 2 ന്റെ കൃതികളായി എഴുതാമെന്നതാണ്. $8 = 2^3$, $32 = 2^5$ അതായത് 2^1, 2^2, 2^3, 2^4, 2^5, 2^6... എന്നിങ്ങനെ പ്രത്യേകതകളുള്ള സംഖ്യകളുടെ ഗുണനഫലം കാണാനാണ് സ്ലൈഡ് റൂൾ ഉപയോഗിക്കുന്നത്.

സ്ലൈഡ് റൂളിൽ തുല്യ അകലത്തിലാണ് അംഗനം നടത്തുന്നത് എന്ന് നേരത്തെ സൂചിപ്പിച്ചുവല്ലോ. 2 ന്റെ ഗുണനഫലം കാണാനുപയോഗിക്കുന്ന സ്ലൈഡ് റൂളിൽ താഴെ കൊടുത്തിരിക്കുന്ന രീതിയിലാണ് സംഖ്യകൾ അടയാളപ്പെടുത്തുന്നത്.

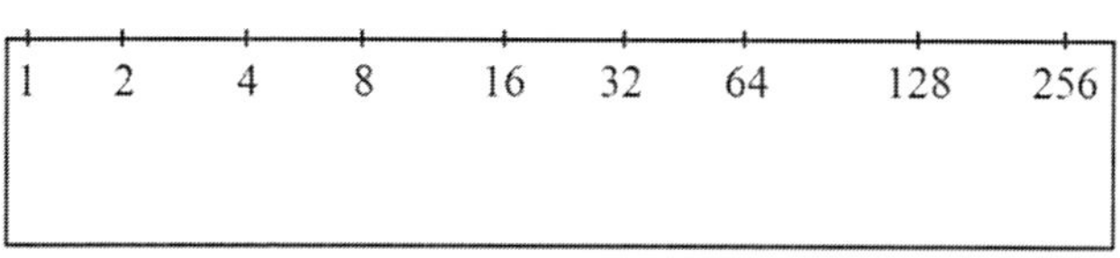

ഇതേ രീതിയിൽ രണ്ട് സ്കെയിലുകൾ ഉണ്ടായിരിക്കും. 8 കൊണ്ട് ഗുണിക്കേണ്ടതിനാൽ ഒരു സ്കെയിലിന് നേരെയുള്ള 8 മറ്റേ സ്കെയിലിന്റെ 1 എന്ന അങ്കനവുമായി ചേർത്തുവെക്കുക.

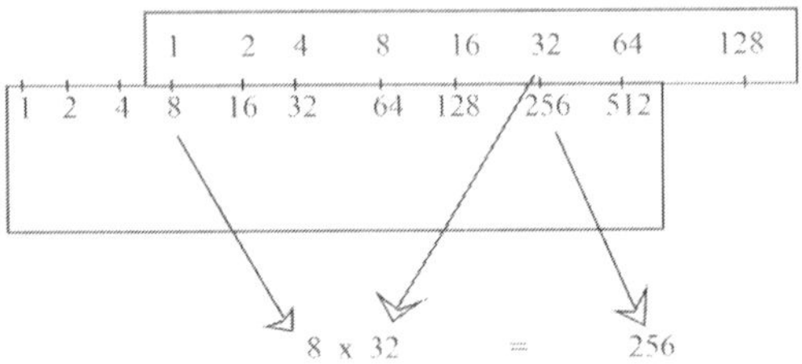

മുകളിലുള്ള സ്കെയിലിൽ 32 വരുന്നതിന നേരെ താഴെയുള്ള സ്കെയിലിൽ 256 കാണാം

അപ്പോൾ 8 x 32 = 256

8 x 2 = 16, 8 x 4 = 32 എന്നിങ്ങനെയുള്ള ഗുണനഫലങ്ങളും ചിത്രത്തിൽ നിന്ന് മനസ്സിലാക്കാം.

എലിസബത്തൻ ഗുണനരീതി
(Elizabathan Multiplication)

എലിസബത്തൻ ഇംഗ്ലണ്ടിൽ വിദ്യാർത്ഥികളെ പഠിപ്പിച്ചിരുന്ന ഒരു ഗുണനരീതിയാണ് ഇത്. ഈ രീതിയിൽ 352 നെ 74 കൊണ്ട് ഗുണിക്കുന്നവിധം താഴെ കൊടുക്കുന്നു.

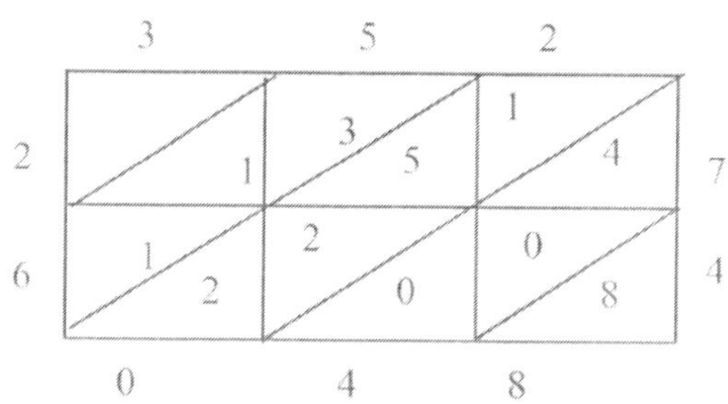

മുകളിലുള്ള ചിത്രത്തിൽ 6 ചതുരങ്ങളും വികർണ്ണം ഉപയോഗിച്ച് 2 ആയി ഭാഗിച്ചിരിക്കുന്നു. ആദ്യത്തെ ചതുരത്തിൽ 3 നെ 7 കൊണ്ട് ഗുണിച്ചാലുള്ള ഫലം 2 ഭാഗങ്ങളിലായി നൽകിയിരിക്കുന്നു. 2-ാമത്തെ ചതുരത്തിൽ 5 നെ 7 കൊണ്ട് ഗുണിച്ചാലുള്ള ഫലം നൽകിയിരിക്കുന്നു. ഇതേ പോലെ മറ്റു ചതുരങ്ങളിലും ഗുണനഫലങ്ങൾ എഴുതിയതായി കാണുന്നു. ചതുരങ്ങളിലെ ചരിഞ്ഞ് നേരെ നേരെ വരുന്ന ഭാഗങ്ങളിലെ അക്കങ്ങളുടെ തുക കണ്ടാണ് ഗുണനഫലം കാണുന്നത്.

ഏറ്റവും ഒടുവിലുള്ള ചതുരത്തിലെ അക്കമാണല്ലോ 8. ഇത് ഗുണനഫലത്തിന്റെ ഒന്നാം സ്ഥാനത്തെ അക്കമാണ്. അതിന് നേരെ തൊട്ടു മുകളിൽ ചരിഞ്ഞ ദിശയിൽ 0, 0, 4 എന്നീ 3 അക്കങ്ങൾ കാണാം. ഇവയുടെ തുക 0 + 0 + 4 = 4 ആയിരിക്കും ഗുണന

ഫലത്തിലെ 10- -ാം സ്ഥാനത്തെ അക്കം. ഇതിന് മുകളിൽ ചരിഞ്ഞ ദിശയിൽ 2 , 2 , 5 , 1 എന്നിങ്ങനെ 4 അക്കങ്ങൾ കാണാം. ഇവയുടെ തുക 2 + 2 + 5 + 1 = 10 ആയിരിക്കും നൂറാം സ്ഥാനത്തെ അക്കം. ഇതിൽ പൂജ്യം മാത്രം നൂറാം സ്ഥാനത്ത് ചേർക്കുക. ബാക്കി 1 അടുത്ത സ്ഥാനത്തേക്ക് മാറ്റുക. ഇനി മുകളിലായി 1 , 1 , 3 എന്നീ അക്കങ്ങൾ കാണാം. ഇവയുടെ തുക 1 + 1 + 3 = 5 നേരത്തെ ബാക്കിയുള്ള ഒന്നു കൂടി ചേർക്കുക 5 + 1 = 6. ഇത് ഗുണനഫല ത്തിലെ അടുത്ത അക്കമായിരിക്കും. ഏറ്റവും മുകളിലായി 2 എന്ന അക്കം മാത്രം കാണാം ഇത് ഗുണനഫലത്തിലെ അടുത്ത അക്കമായി പരിഗണിക്കുക. അപ്പോൾ 352 x 74 = 26048 എന്ന് ലഭിക്കുന്നു.

ഗ്രാഫ് രീതി
(Graphical Method)

ജ്യാമിതിയുമായി ബന്ധപ്പെട്ട ഒരു ഗുണന രീതിയാണ് ഗ്രാഫ് രീതി. ഒരു യൂനിറ്റ് വിസ്തീർണ്ണമാണ് ഇവിടെ ഏകകമായി സ്വീകരിക്കുന്നത്. ഒരു യൂനിറ്റ് നീളവും ഒരു യൂനിറ്റ് വീതിയുമുള്ള ഒരു സമചതുരത്തിന്റെ വിസ്തീർണ്ണം ഒരു ചതുരശ്ര യൂനിറ്റ് ആയിരിക്കുമല്ലോ. ഇങ്ങനെ എത്ര സമചതുരം അഥവാ എത്ര ചതുരശ്ര യൂനിറ്റ് എന്നാണ് കണ്ടുപിടിക്കേണ്ടത്.

ഉദാഹരണമായി 5 x 4 എന്നിവയുടെ ഫലം ഈ രീതിയിൽ കാണണമെന്നിരിക്കട്ടെ താഴെ കൊടുത്തിരിക്കുന്ന ഗ്രാഫ് ശ്രദ്ധിക്കുക:

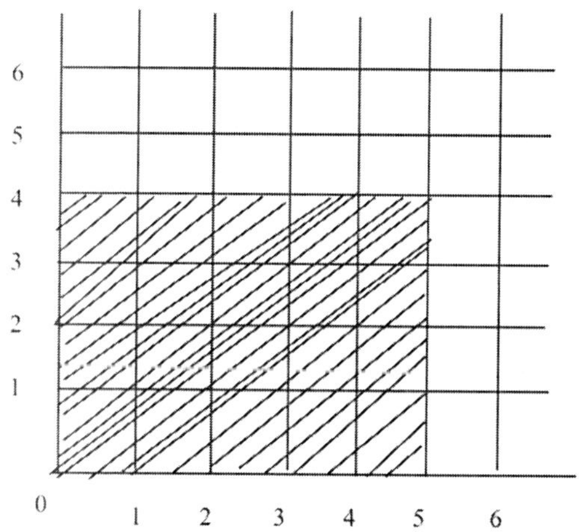

ഗ്രാഫിൽ തിരശ്ചീനമായും ലംബമായും സംഖ്യകൾ അടയാളപ്പെടുത്തിയിരിക്കുന്നത് കാണാം. തിരശ്ചീനമായി 5 വരെയും ലംബമായി 4 വരെയുമുള്ള ചതുരങ്ങൾ ചിത്രത്തിൽ ഷെയ്ഡ് ചെയ്തിരിക്കുന്നതും

കാണാം.

ഷെയ്ഡ് ചെയ്തിരിക്കുന്ന സമചതുരങ്ങളുടെ എണ്ണമായിരിക്കും 5ന്റെയും 4 ന്റെയും ഗുണനഫലം. ഷെയ്ഡ് ചെയ്ത സമചതുരങ്ങളുടെ എണ്ണം 20 ആണ് എന്ന് കാണാം. അപ്പോൾ 5x4=20

ഗ്രാഫിൽ നിന്ന് തന്നെ 4x5 എത്രയാണെന്ന് കണ്ടുപിടിക്കാം. തിരശ്ചീനമായി 4 യൂനിറ്റും ലംബമായി 5 യൂനിറ്റും വരുന്ന സമചതുരങ്ങൾ ചിത്രത്തിൽ ഷെയ്ഡ് ചെയ്തിരിക്കുന്നത് കാണാം.

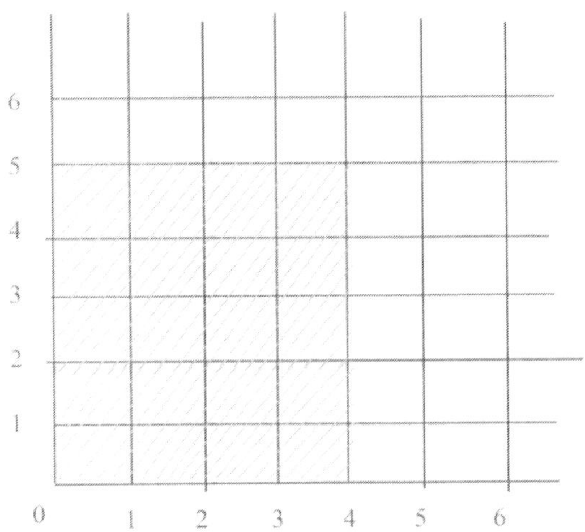

ഇങ്ങനെ ഷെയ്ഡ് ചെയ്തിരിക്കുന്ന സമചതുരങ്ങളുടെ എണ്ണവും 20 എന്ന് കാണാം.

ഇതിൽ നിന്ന് 5 x 4 = 4 x 5 എന്ന് തെളിയിക്കാം ഇത് ഗുണനത്തിന്റെ ഒരു പ്രത്യേകതയാണ്.

ലോഗരിതങ്ങൾ
(Logarithms)

ചതുഷ്ക്രിയകളിൽ സങ്കലനവും വ്യവകലനവും താരതമ്യേന എളുപ്പമാണെന്ന് പറയാം. ഗുണനം, ഹരണം എന്നിവയാണ് പ്രയാസമുള്ള ക്രിയകൾ. ഈ ക്രിയകൾ എങ്ങിനെ എളുപ്പമുള്ളതാക്കാം എന്നതിനെപ്പറ്റി ഗണിത ശാസ്ത്രജ്ഞന്മാർ ധാരാളം പരിശ്രമങ്ങൾ നടത്തിയിരുന്നു. ഇക്കാര്യത്തിൽ കാര്യമായ വിജയം നേടാൻ സാധിച്ചത് ലോഗരിത(Logarithms)ങ്ങളുടെ കണ്ടുപിടുത്തത്തോടെയാണ്. ഗുണനക്രിയ സങ്കലന ക്രിയയായും ഹരണക്രിയ വ്യവകലന ക്രിയയായും മാറുന്നു എന്നതാണ് ലോഗരിതത്തിന്റെ ഏറ്റവും പ്രധാനപ്പെട്ട സവിശേഷത.

ലോകത്തിന് ആദ്യമായി ഒരു കാൽക്കുലേറ്റർ സംഭാവന ചെയ്ത ജോൺ നാപ്പിയറാണ് (John Napier) ലോഗരിതവും സംഭാവന ചെയ്തത്. 1550-ൽ സ്കോട്ട്ലാന്റിലെ എഡിൻ ബറോയിൽ ജനിച്ച നാപ്പിയർ കമ്പ്യൂട്ടറുകളുടെ മുത്തച്ഛൻ എന്ന് വിശേഷിപ്പിക്കാവുന്ന നാപ്പിയർ കോലുകളും കണ്ടുപിടിച്ചിട്ടുണ്ട്. ഗുണന ഹരണ ക്രിയകൾ ലഘൂകരിക്കപ്പെടുന്ന ലോഗരിതത്തിന്റെ കണ്ടുപിടുത്തം ഗണിതശാസ്ത്രത്തിന്റെ വളർച്ചയ്ക്ക് വളരെയേറെ സഹായകക്കമായി. നാപ്പിയറിന്റെ ഈ അത്ഭുതകരമായ കണ്ടുപിടിത്തത്തെ ആദ്യമായി അനുമോദിക്കാൻ തയ്യാറായവരുടെ കൂട്ടത്തിൽ പ്രധാനിയായിരുന്ന ഹെന്റി ബ്രിഗ്ഗ്സ് (Henry Briggs) നാപ്പിയർ തന്റെ ലോഗരിതത്തിൽ 'e' എന്ന ഒരു സംഖ്യയാണ് ആധാരമായി സ്വീകരിച്ചിരുന്നത്. ഇതിന് പകരം 10 ആധാരമായി സ്വീകരിക്കണമെന്ന് നിർദ്ദേശിച്ച് ബ്രിഗ്ഗ്സ് തന്നെ പത്ത് ആധാരമായ ലോഗരിതം വികസിപ്പിച്ചു. ഇത് ബ്രിഗ്ഗ്സ് ലോഗരിതം എന്ന് അറിയപ്പെടുന്നു. (ആധാരസംഖ്യയെപ്പറ്റി പിന്നീട് വിശദീകരിക്കുന്നുണ്ട്.)

എന്താണ് ലോഗരിതം? സംഖ്യകളെ ഒരു പ്രത്യേകരീതിയിൽ എഴുതുന്നതിനെയാണ് ലോഗരിതം എന്ന് ചുരുക്കത്തിൽ പറയാം.

ഉദാഹരണമായി

$10^2 = 100$ എന്ന് നമുക്കറിയാമല്ലോ. ഇത് $\log_{10} 100 = 2$ എന്നാണ് സൂചിപ്പിക്കുന്നത്. ഇത് വായിക്കുന്നത് ലോഗ് നൂറ് ആധാരം പത്ത് സമം രണ്ട് എന്നാണ് വായിക്കേണ്ടത്.

$100 = 10^2$ നെ സംഖ്യയുടെ കൃത്യങ്കരൂപമെന്നും

$\log_{10} 100 = 2$ എന്നതിനെ ലോഗരിത രൂപമെന്നും പറയും.

ഇതുപോലെ $10^1 = 10$

$\log 10^{10} = 1$

$1000 = 10^3$

$\log_{10}1000 = 3$

ഇവിടെ 10 എന്നതാണ് ആധാരസംഖ്യ ലോഗരിതത്തിന്റെ ആധാരസംഖ്യ 10 തന്നെയാവണമെന്നില്ല. 0, 1, നെഗറ്റീവ് സംഖ്യകൾ എന്നിവ ഒഴികെ എന്തു സംഖ്യയും ലോഗരിതത്തിന്റെ ആധാ രമാവാം. ഗണിതശാസ്ത്രത്തിൽ 'e' എന്ന് രേഖപ്പെടുത്തുന്ന സംഖ്യയുണ്ട്. e ആധാരമായ ലോഗരിതം നാച്ചുറൽ ലോഗരിതം (Natural Logarithm) എന്നറിയപ്പെടുന്നു.

10 ആധാരമായ ലോഗരിതത്തെ സാധാരണ ലോഗരിതം (Common Logarithm) എന്ന് വിളിക്കുന്നു. ലോഗരിതത്തിന്റെ ആധാരം 10 ആയാൽ ആധാരസംഖ്യ എഴുതേണ്ടതില്ല.

$\log 10^{10} = 1$ എന്നത് ചുരുക്കി $\log 10 = 1$ എന്ന് എഴുതാം.

അതേപോലെ $\log 100 = 2$

$\log 1000 = 3$

$\log 10000 = 4$ എന്ന് കാണാം

10 ന്റെ ലോഗരിതം 1 ഉം 100ന്റെ ലോഗരിതം 2 ഉം ആണെന്ന് മേൽ ഉദാഹരണത്തിൽ നിന്ന് മനസ്സിലാക്കാം അതേപോലെ സംഖ്യ വർദ്ധിക്കുമ്പോൾ ലോഗരിതവും വർദ്ധിക്കുന്നു എന്നും മനസ്സിലാക്കാം.

10 ന്റെയും 100 ന്റെയും ഇടക്കുള്ള ഒരു സംഖ്യയുടെ ലോഗരിതം എന്തായിരിക്കും? 1 നും 2 നും ഇടയിലാണെന്ന് വ്യക്തമാണല്ലോ. 1 നും 2 നും ഇടക്കുള്ള സംഖ്യയെ നമുക്ക് ഒരു ദശാംശസംഖ്യയായി എഴുതാൻ കഴിയും.

ഒരു ദശാംശസംഖ്യയ്ക്ക് ഒരു പൂർണ്ണ സംഖ്യാഭാഗവും ഒരു ദശാംശ സംഖ്യാഭാഗവും ഉണ്ടായിരിക്കും. 1.3, 1.405, 1.721 എന്നിവയെല്ലാം

1 നും 2 നും ഇടക്കുള്ള സംഖ്യകളാണ്. ഇവയുടെയെല്ലാം പൂർണ്ണസംഖ്യാഭാഗമാണ് 1.

10 നും 100 നും ഇടക്കുള്ള എല്ലാ സംഖ്യകൾക്കും പൂർണ്ണസംഖ്യാഭാഗത്ത് രണ്ട് അക്കങ്ങൾ ഉണ്ടായിരിക്കും എന്ന് നമുക്കറിയാം. ഇവയുടെ ലോഗരിതത്തിന്റെ പൂർണ്ണസംഖ്യാഭാഗം 1 ആയിരിക്കുമെന്നും നമുക്കറിയാം. ഒരു സംഖ്യയുടെ ലോഗരിതത്തിന്റെ പൂർണ്ണസംഖ്യാഭാഗത്തെ പൂർണ്ണാംശം (Charecterestic) എന്നും ദശാംശസംഖ്യാഭാഗത്തെ ഭിന്നാംശം (Mantissa) എന്നും വിളിക്കുന്നു. ഒരു സംഖ്യയുടെ ലോഗരിതത്തിന്റെ പൂർണ്ണാംശം കാണാൻ സംഖ്യയുടെ പൂർണ്ണ സംഖ്യാഭാഗത്തെ അക്കങ്ങളുടെ

എണ്ണത്തിൽനിന്ന് ഒന്നു കുറച്ചാൽ മതിയാകും. ഒരക്കം മാത്രമേയുള്ളൂവെങ്കിൽ പൂർണ്ണാംശം പൂജ്യമായിരിക്കും.

ലോഗരിതം കാണേണ്ടുന്ന സംഖ്യക്ക് പൂർണ്ണസംഖ്യാഭാഗമില്ലെങ്കിൽ ദശാംശ ബിന്ദു കഴിഞ്ഞ് വരുന്ന പൂജ്യങ്ങളാണ് കണക്കാക്കേണ്ടത് ദശാംശ ബിന്ദു കഴിഞ്ഞ് പൂജ്യം ഒന്നുമില്ലെങ്കിൽ പൂർണ്ണാംശം -1 എന്ന് കണക്കാക്കുക. ദശാംശ ബിന്ദു കഴിഞ്ഞ് ഒരു പൂജ്യമുണ്ടെങ്കിൽ പൂർണ്ണാംശം -2 ആയിരിക്കും. അപ്പോൾ ദശാംശ ബിന്ദു കഴിഞ്ഞ് എത്ര പൂജ്യമുണ്ടോ അതിനേക്കാൾ 1 കൂടുതലായ നെഗറ്റീവ് സംഖ്യയാണ് പൂർണ്ണാംശമായി സ്വീകരിക്കേണ്ടത്.

ഇവിടെ നാം പ്രത്യേകമായി ഒരു കാര്യം ശ്രദ്ധിക്കേണ്ടതുണ്ട്. ദശാംശബിന്ദു കഴിഞ്ഞ് വരുന്ന പൂജ്യങ്ങൾ മാത്രമേ പരിഗണിക്കാൻ പാടുള്ളൂ. പിന്നീട് പൂജ്യം ഒഴികെ മറ്റേതെങ്കിലും ഒരക്കം വന്നു കഴിഞ്ഞാൽ പിന്നീടുള്ള പൂജ്യങ്ങൾ പരിഗണിക്കാൻ പാടില്ല. മാത്രമല്ല സംഖ്യയുടെ പൂർണ്ണസംഖ്യാഭാഗത്ത് അക്കമുണ്ടെങ്കിൽ ദശാംശബിന്ദു കഴിഞ്ഞുള്ള ഭാഗം പരിഗണിക്കാൻ പാടില്ല.

ചില ഉദാഹരണങ്ങളിലൂടെ ഇത് കൂടുതൽ വ്യക്തമാക്കാം.

36.05 ന്റെ പൂർണ്ണാംശം = 1

0.05 ന്റെ പൂർണ്ണാംശം = -2

0.505 ന്റെ പൂർണ്ണാംശം = -1

0.10001 ന്റെ പൂർണ്ണാംശം = -1

5.004 ന്റെ പൂർണ്ണാംശം = -3

206.1 ന്റെ പൂർണ്ണാംശം = 2

ഏത് സംഖ്യ കിട്ടിയാലും ലോഗരിതത്തിന്റെ പൂർണ്ണാംശം നമുക്ക് കണ്ടുപിടിക്കാമല്ലോ

ലോഗരിതത്തിന്റെ ഭിന്നാംശം കണ്ടുപിടിക്കുന്നത് ലോഗരിത പട്ടിക ഉപയോഗിച്ചാണ്. വലുതും ചെറുതുമായ ധാരാളം സംഖ്യക ളുടെ ലോഗരിതം നമുക്ക് കണ്ടുപിടിക്കേണ്ടത് ആവശ്യമായി വരും പക്ഷേ സൗകര്യത്തിനുവേണ്ടി നാലക്കസംഖ്യയുടെ ലോഗരിത പട്ടികയാണ് സാധാരണ ഉപയോഗിക്കാറുള്ളത്

അപ്പോൾ സംഖ്യകളെല്ലാം നാലക്കത്തിന് ശരിയാക്കി എഴുതണം. അഞ്ച് മുതലുള്ള അക്കങ്ങൾ തള്ളിക്കളയണം. ഇങ്ങനെ തള്ളിക്ക ളയുമ്പോൾ തള്ളിക്കളഞ്ഞ ഭാഗത്തെ ആദ്യത്തെ അക്കം അഞ്ചോ അതിൽ കൂടുതലോ ആണെങ്കിൽ നിലനിർത്തിയ ഭാഗത്തോട് ഒന്ന് കൂട്ടണം.

ഒരു സംഖ്യയുടെ ലോഗരിതത്തിന്റെ പൂർണ്ണാംശം നെഗറ്റീവോ പോസിറ്റീവോ പൂജ്യമോ ആവാം. പക്ഷെ ഭിന്നാംശം ഒരിക്കലും നെഗറ്റീവ് ആവുകയില്ല. -3.1256 എന്നതിൽ -3 ഉം നെഗറ്റീവ് ആണ് .1256 ഉം നെഗറ്റീവ് ആണ്. പക്ഷെ ഒരു സംഖ്യയുടെ ലോഗരിതം -3.1256 എന്ന് എഴുതുമ്പോൾ .1256 എന്നത് നെഗറ്റീവ് ആയി പരിഗണിക്കാൻ സാധ്യതയുണ്ട്. അതിനാൽ ലോഗരിതം എഴുതുമ്പോൾ പൂർണ്ണാംശം നെഗറ്റീവ് ആണെങ്കിൽ പൂർണ്ണാംശത്തി ന്റെ മുകൾഭാഗത്താണ് നെഗറ്റീവ് ചിഹ്നം ചേർക്കേണ്ടത്. അപ്പോൾ -2 നെ $\bar{2}$ എന്ന് എഴുതണം. ഇത് 'ബാർ 2' എന്ന് വായിക്കണം $\bar{2}.3414$ എന്ന് എഴുതിയാൽ 2 എന്നത് മാത്രം നെഗറ്റീവും .3414 എന്നത് പോസിറ്റീവും ആണെന്ന് മനസ്സിലാക്കാം.

ഒരു സംഖ്യയുടെ ലോഗരിതം എങ്ങിനെ കണ്ടുപിടിക്കാമെന്നാണ് നാം മനസ്സിലാക്കിയത്. ലോഗരിതത്തിന്റെ പ്രധാനപ്പെട്ട 3 നിയമ ങ്ങൾ താഴെ കൊടുക്കുന്നു.

1) $\log A + \log B = \log AB$

2) $\log (A/B) = \log A - \log B$

3) $n \log A = \log A^n$

രണ്ട് സംഖ്യകളുടെ ലോഗരിതങ്ങൾ കൂട്ടിയാൽ ഗുണനത്തിന്റെ ലോഗരിതം കിട്ടുമെന്ന് ആദ്യത്തെ നിയമം വ്യക്തമാക്കുന്നു. അപ്പോൾ രണ്ട് സംഖ്യകളുടെ ഗുണനഫലത്തിന്റെ ലോഗരിതം കാണാൻ ലോഗരിതങ്ങളുടെ തുക കണ്ടാൽ മതി എന്ന് വ്യക്തമാകുന്നു.

സംഖ്യയുടെ ഗുണനഫലത്തിന്റെ ലോഗരിതം കണ്ടാൽ സംഖ്യ എങ്ങിനെ കാണും ? അതിനുള്ള വഴിയാണ് ആന്റി ലോഗരിതം (Antilogarithm). ലോഗരിതം കാണാൻ ഏതു വഴി സ്വീകരിച്ചുവോ അതിന്റെ വിപരീതക്രിയ ചെയ്താൽ സംഖ്യ കിട്ടും. ആ വിപരീത ക്രിയയാണ് ആന്റി ലോഗരിതം.

പൂർണ്ണസംഖ്യാഭാഗത്ത് എത്ര അക്കമുണ്ടോ അത്രയും എണ്ണത്തിൽ ഒന്നു കുറവാണല്ലോ പൂർണ്ണാംശം. അപ്പോൾ പൂർണ്ണാംശം നോക്കി നമുക്ക് സംഖ്യയിലെ അക്കങ്ങളുടെ എണ്ണം കാണാം.

പൂർണ്ണാംശം 2 ആണെങ്കിൽ സംഖ്യയിൽ പൂർണ്ണസംഖ്യാഭാഗത്ത് 3 അക്കങ്ങൾ ഉണ്ടായിരിക്കും.

പൂർണ്ണാംശം 0 ആണെങ്കിൽ സംഖ്യയിൽ പൂർണ്ണസംഖ്യാഭാഗത്ത് ഒരക്കമുണ്ടായിരിക്കും. പൂർണ്ണാംശം 3 ആണെങ്കിൽ സംഖ്യയുടെ പൂർണ്ണസംഖ്യാഭാഗത്ത് 4 അക്കങ്ങൾ ഉണ്ടായിരിക്കും 1 ആണെങ്കിൽ പൂർണ്ണസംഖ്യാഭാഗത്ത് അക്കങ്ങൾ ഉണ്ടാവില്ല . $\bar{2}$ ആണെങ്കിൽ ദശാംശബിന്ദു കഴിഞ്ഞ് ഒരു പൂജ്യം ഉണ്ടായിരിക്കും. 5 ആണെങ്കിൽ ദശാംശബിന്ദു കഴിഞ്ഞ് 4 പൂജ്യങ്ങൾ ഉണ്ടായിരിക്കും.

ഗുണനഫലത്തിലെ അക്കങ്ങൾ കണ്ടുപിടിക്കാൻ ആന്റി ലോഗരിതപ്പട്ടിക ഉപയോഗിക്കുന്നു.

ലോഗരിതം ഉപയോഗിച്ച് നമുക്ക് ചില ഗുണനക്രിയകൾ എങ്ങിനെ നിർവ്വഹിക്കാമെന്ന് നോക്കാം.

436 നെ 52 കൊണ്ട് ഗുണിക്കണമെന്നിരിക്കട്ടെ. ആദ്യം 436 ന്റെ ലോഗരിതം കാണണം.

436 ൽ 3 അക്കങ്ങളുണ്ട്.

അക്കങ്ങളുടെ എണ്ണത്തേക്കാൾ ഒന്നു കുറവായിരിക്കും പൂർണ്ണാംശം.

അപ്പോൾ 436 ന്റെ പൂർണ്ണാംശം = 2

ഇനി ഭിന്നാംശം കാണണം

ലോഗരികപ്പട്ടികയിൽ 43 ന് നേരെ വരിയിൽ 6 ന് താഴെയുള്ള സംഖ്യ കാണുക ഇത് 6395 ആണെന്ന് കാണാം.

അപ്പോൾ 436ന്റെ ലോഗരിതം = 2.6395

ഇതുപോലെ 52ന്റെ പൂർണ്ണാംശം = 1

ഭിന്നാംശം = 7160

5 2 ന്റെ ലോഗരിതം = 1.7160

log AB = log A + log B എന്ന് നമുക്കറിയാം

ഗുണനഫലത്തിന്റെ ലോഗരിതം കാണാൻ ലോഗരിതങ്ങളുടെ തുക കാണണം.

ലോഗരിതങ്ങളുടെ തുക = 2.6395 + 1.7160 = 4.3555

ഇനി 4.3555 ന്റെ ആന്റിലോഗരിതം കാണണം

4.3555 ൽ പൂർണ്ണാംശം 4 ആയതിനാൽ ഗുണനഫലത്തിൽ 5 അക്കങ്ങൾ ഉണ്ടായിരിക്കും. .3555ന്റെ ആന്റി ലോഗരിതം കാണാൻ ആന്റി ലോഗരിതപ്പട്ടിക നോക്കുക. .35 ന് നേരെ 5 ൽ 2265 എന്ന സംഖ്യ കാണാം. mean difference കോളത്തിൽ 5 ന് നേരെ 3 ഉം കാണാം. അപ്പോൾ പട്ടികയിൽ നിന്ന് 2267 എന്ന സംഖ്യ കിട്ടുന്നു.

ഗുണനഫലത്തിൽ 5 അക്കങ്ങൾ ഉണ്ടായിരിക്കുമെന്ന് നേരത്തെ നാം മനസ്സിലാക്കിയല്ലോ. ഒടുവിൽ ഒരു പൂജ്യം കൂടി ചേർത്ത് അഞ്ചക്കമാക്കുക.

അതായത് 436 x 52 = 22680

ലോഗരിതപ്പട്ടികയിൽ സംഖ്യകളുടെ ലോഗരിതം നാലക്കത്തിന് ശരിയാക്കിയാണല്ലോ രേഖപ്പെടുത്തിയിട്ടുള്ളത്. അതിനാൽ ചെറിയ പിശകുകൾ സംഭവിക്കാം.

ഇനി നമുക്ക് മറ്റൊരു ഉദാഹരണം പരിഗണിക്കാം.

0.00372 നെ 0.43587 കൊണ്ട് ഗുണിക്കണമെന്നിരിക്കട്ടെ

0.00372 ന്റെ പൂർണ്ണാംശം = -3

ഭിന്നാംശം = 5705

0.43587 ന്റെ പൂർണ്ണാംശം = -1

0.43587 ൽ അഞ്ച് അക്കങ്ങൾ ഉണ്ട്.

ഇത് നാലക്കമായി മാറ്റണം.

ഇതിൽ അഞ്ചാമത്തെ അക്കമായ 7 ഒഴിവാക്കണം. ഇത് 5 ൽ കൂടുതൽ ആയതിനാൽ നിലനിർത്തിയ ഭാഗത്ത് ഒന്ന് കൂട്ടണം. അപ്പോൾ 0.4359 ആകും.

4359 ന്റെ ഭിന്നാംശം	=	6394
ലോഗരിതങ്ങളുടെ തുക	=	3.5705 + 1.6394
		3.2009

ഇതിന്റെ ആന്റി ലോഗരിതം കാണണം. ഇതിന്റെ പൂർണ്ണാംശം 3 ആയതിനാൽ ഉത്തരത്തിൽ ദശാംശ ബിന്ദു കഴിഞ്ഞ് 4 പൂജ്യങ്ങൾ വേണം.

.2099 ന്റെ ആന്റി ലോഗരിതം പട്ടികയിൽ നിന്നും 1622 ആണെന്ന് മനസ്സിലാക്കാം. അപ്പോൾ 0.00372 x 0.43587 = .00001622

ഇങ്ങനെ ഏതു സംഖ്യകൾ തമ്മിലുള്ള ഗുണനവും ഈ രീതിയിൽ കണ്ടുപിടിക്കാം

ഗണിതശാസ്ത്രം വളരെയേറെ പുരോഗമിച്ച ഇക്കാലത്ത് ലോഗരിതം കൊണ്ടുള്ള ഗുണനത്തിന് വലിയ പ്രസക്തിയില്ല എന്ന് പറയാം. പക്ഷേ കമ്പ്യൂട്ടറുകളോ കാൽക്കുലേറ്ററുകളോ ഇല്ലാതിരുന്ന പഴയകാലത്ത് ലോഗരിതം ഗുണനഹരണ കാര്യത്തിൽ വളരെയേറെ സഹായകമായിരുന്നു.

കൃത്യങ്കം

സങ്കലനത്തിന്റെ ആവർത്തനമാണ് ഗുണനം എന്ന് നാം മനസ്സിലാക്കിയല്ലോ. എന്താണ് ഗുണനത്തിന്റെ ആവർത്തനം?

5 + 5 = 10 നെ 5 x 2 എന്ന രേഖപ്പെടുത്തി. 5 x 5 നെ എങ്ങിനെ രേഖപ്പെടുത്തും? ഇവിടെയാണ് നാം കൃത്യങ്കം എന്ന ആശയം ഉപയോഗിക്കുന്നത്. 5 നെ 5 കൊണ്ട് ഗുണിക്കുന്നതിനെ നാം 5^2 എന്ന് സൂചിപ്പിക്കുന്നു. ഇതിൽ 5 എന്ന സംഖ്യ അധിഷ്ഠാന സംഖ്യ എന്നും 2 എന്ന സംഖ്യ കൃത്യങ്കം (Index or power) എന്നും അറിയപ്പെടുന്നു. 5^2 എന്നതിനെ അഞ്ച് ഘാതം 2 അഥവാ അഞ്ച് സ്ക്വയേർഡ് [Five raised to two or Five to the power of 2] എന്ന് വായിക്കുന്നു. കൃത്യങ്കം, ഘാതം, കൃതി എന്നീ പേരുകളിലും അറിയപ്പെടുന്ന

5^3 എന്നതിനെ അഞ്ച് ഘാതം മൂന്ന് അഥവാ Five cubed എന്നാണ് അറിയപ്പെടുന്നത്.

ഇവിടെ ഉപയോഗിച്ചിരിക്കുന്ന സ്ക്വയർ, ക്യൂബ് (Square, Cube) എന്നീ വാക്കുകൾ ജ്യാമിതീയ വാക്കുകൾ കൂടിയാണ്. അതായത് ഇവ ജ്യാമിതീയ രൂപങ്ങളെ സൂചിപ്പിക്കാനും ഉപയോഗിക്കുന്നുണ്ട്. നീളവും വീതിയും തുല്യമായ ചതുരം സ്ക്വയർ എന്നറിയപ്പെടുന്നു. നീളവും വീതിയും ഉയരവും തുല്യമായ ഘനരൂപം ക്യൂബ് എന്നറിയപ്പെടുന്നു.

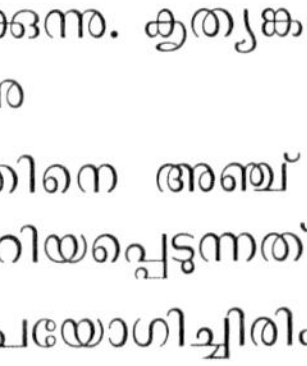

സ്ക്വയർ

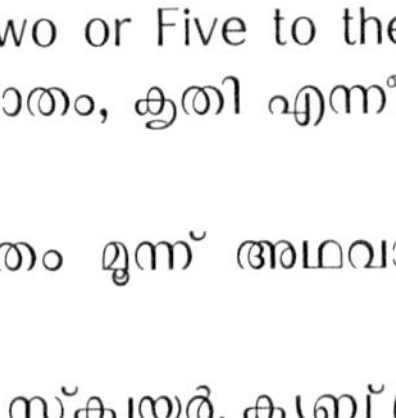

ക്യൂബ്

കൃത്യങ്കം അഥവാ കൃതി എല്ലായ്പ്പോഴും എണ്ണൽ സംഖ്യകൾ തന്നെയാവണമെന്നില്ല. ഏത് രേഖീയ സംഖ്യകളും ആവാം.

5^{-2}, $5^{2.5}$, $2^{/2}$ എന്നിവയിൽ കൃതികൾ എണ്ണൽ സംഖ്യകളല്ല.

ഏതെങ്കിലും ഒരു സംഖ്യയുടെ കൃതി പൂജ്യമായാൽ വില 1 ആയിരിക്കും.

അതായത് $5^0 = 1$, $10^0 = 1$, $100^0 = 1$,

ഒരു സംഖ്യയുടെ കൃതി നെഗറ്റീവ് ആണെങ്കിൽ ഈ സംഖ്യ ഛേദമായി എഴുതി അംശത്തിൽ 1 ചേർത്താൽ മതിയാകും

$$a^{-1} = \frac{1}{a}$$

$$x^{-2} = \frac{1}{x2}$$

$\frac{1}{x^2}$ ഉം x^2 ഉം വ്യത്യസ്തമാണ്.

ഗുണിക്കാൻ കൃത്യങ്കം കൂട്ടേണം

5^2 ൽ 5 നെ അധിഷ്ഠാന സംഖ്യ എന്നും 2 നെ കൃത്യങ്കം എന്നും പറയുമെന്ന് നാം മനസ്സിലാക്കിയല്ലോ. ഇതുപോലെ 5^3 ൽ 5 അധിഷ്ഠാന സംഖ്യയും 3 കൃത്യങ്കവുമാണ്.

ഒരേ അധിഷ്ഠാന സംഖ്യയുള്ള വിവിധ സംഖ്യകൾ തമ്മിൽ എങ്ങിനെ ഗുണിക്കാം? ഉദാഹരണമായി 5^3നെ 5^4 കൊണ്ട് ഗുണിക്കണമെന്നിരിക്കട്ടെ.

$5^3 = 5 \times 5 \times 5$ എന്നും

$5^4 = 5 \times 5 \times 5 \times 5$ എന്നും നമുക്കറിയാം.

അപ്പോൾ $5^3 \times 5^4 = (5 \times 5 \times 5) \times (5 \times 5 \times 5 \times 5)$

$= 5 \times 5 \times 5 \times 5 \times 5 \times 5 \times 5$

$= 5^7$

ഇവിടെ ഗുണ്യത്തിന്റെ കൃത്യങ്കം = 3

ഗുണകത്തിലെ കൃത്യങ്കം = 4

ഗുണനഫലത്തിലെ കൃത്യങ്കം = 7

3 + 4 = 7 എന്നു കിട്ടും

അപ്പോൾ ഗുണിക്കേണ്ടുന്ന സന്ദർഭത്തിൽ നാം കൃത്യങ്കം കൂട്ടുകയാണ് ചെയ്യുന്നത്. പൊതുവെ പറഞ്ഞാൽ $a^m \times a^n = a^{m+n}$ ഒരു കൃത്യങ്ക നിയമ (Law of index) മാണ്.

a^m, a^n എന്നിവയിൽ അധിഷ്ഠാന സംഖ്യ ഒരേ സംഖ്യയാണെന്ന് കാണാം. ഇങ്ങനെ അധിഷ്ഠാന സംഖ്യ ഒരേ സംഖ്യയായാൽ മാത്രമേ ഗുണിക്കാൻ കൃത്യങ്കം കൂട്ടാൻ പാടുള്ളൂ.

ഒരു ഉദാഹരണം നമുക്ക് പരിശോധിക്കാം.

4^8 നെ 4^7 കൊണ്ട് ഗുണിക്കണമെന്നിരിക്കട്ടെ ഇവിടെ ഗുണ്യത്തിലും ഗുണകത്തിലും അധിഷ്ഠാന സംഖ്യ ഒരേ സംഖ്യയാണ്. അപ്പോൾ ഗുണിക്കാൻ കൃത്യങ്കം കൂട്ടാം.

$4^8 \times 4^7 = 4^{8+7} = 4^{15}$

അധിഷ്ഠാന സംഖ്യ വ്യത്യസ്തമാണെങ്കിൽ ഗുണനത്തിന് ഈ മാർഗ്ഗം സ്വീകരിക്കാമോ ? അധിഷ്ഠാന സംഖ്യകൾ തുല്ല്യമാക്കാൻ സാധിക്കുമെങ്കിൽ സ്വീകരിക്കാം.

ഉദാഹരണമായി 4^8 നെ 8^4 കൊണ്ട് ഗുണിക്കണമെന്നിരിക്കട്ടെ.

ഇവിടെ അധിഷ്ഠാന സംഖ്യകൾ 4, 8 എന്നിവയാണ്.

അധിഷ്ഠാന സംഖ്യ തുല്ല്യമാക്കാൻ 8 നെ പകുതിയാക്കിയാൽ മതിയാകും.

അതായത് $8 = 4 \times 2$

$$4^8 \times 8^4 = 4^8 \times (4 \times 2)^4$$
$$= 4^8 \times 4^4 \times 2^4$$
$$= (4^8 \times 4^4)\ 2^4$$
$$= (4^{8+4})\ 24$$
$$= 4^{12} \times 2^4$$

2^4 എന്നത് 4^2 ആയിരിക്കും

$$4^{12} \times 2^4 = 4^{12} \times 4^2$$
$$= 4^{12+2} = 4^{14}$$

അധിഷ്ഠാന സംഖ്യകൾ തുല്ല്യമാക്കാൻ സാധിക്കുകയില്ലെങ്കിൽ ഗുണിക്കാൻ ഈ മാർഗ്ഗം സ്വീകരിക്കാൻ പാടില്ല.

കുത്തനെയും ചെരിഞ്ഞും രീതി

ഗുണിക്കാനുള്ള അക്കങ്ങളെ കുത്തനെയും ചെരിഞ്ഞും (Vertical and crosswise) പരിഗണിക്കുന്ന രീതിയാണിത്. ഈ രീതിയിൽ സംഖ്യകൾ ഗുണിക്കാൻ ആദ്യം സംഖ്യകൾ മുകളിലും താഴെയുമായി സ്ഥാനക്രമത്തിൽ എഴുതുക

ഉദാഹരണമായി 21 നെ 34 കൊണ്ട് ഗുണിക്കണമെന്നിരിക്കട്ടെ. സംഖ്യകളെ താഴെ കാണുന്ന രീതിയിൽ മുകളിലും താഴെയുമായി എഴുതുക

```
2   1
3   4
-----
```

ഇവിടെ 1, 4 എന്നീ അക്കങ്ങളും 2, 3 എന്നീ അക്കങ്ങളും കുത്തനെ (Vertical) യാണ് കാണുന്നത്. 2, 4 എന്നിവയും 1, 3 എന്നിവയും ചെരിഞ്ഞ് (cross) കാണപ്പെടുന്നു.

ഒന്നാം സ്ഥാനത്ത് കുത്തനെ കാണുന്ന സംഖ്യകളാണല്ലോ 1, 4 എന്നിവ. ആദ്യം ഇവയുടെ ഗുണനഫലം കണ്ട് താഴെ എഴുതുക

```
2   1
3   4
-----
    4
```

ഇനി ചെരിഞ്ഞുള്ള സംഖ്യകൾ തമ്മിലുള്ള ഗുണനഫലങ്ങൾ കണ്ട് തുക കാണുക

$2 \times 4 = 8$

$3 \times 1 = 3$

$8 + 3 = 11$

11 ൽ 1 മാത്രം പത്താം സ്ഥാനത്ത് എഴുതുക മറ്റേ 1 നൂറാം സ്ഥാനത്തേക്ക് മാറ്റുക

	2	1
	3	4
	1	4

ഇനി പത്താം സ്ഥാനത്തുള്ള കുത്തനെയുള്ള അക്കങ്ങൾ ഗുണിക്കുക

$2 \times 3 = 6$

നേരത്തെ ബാക്കിയുള്ള 1 കൂടി കൂട്ടുക

$6 + 1 = 7$

ഇത് നൂറാം സ്ഥാനത്ത് ചേർക്കുക

	2	1
	3	4
7	1	4

$21 \times 34 = 714$

പത്താം സ്ഥാനത്തെ അക്കം aയും ഒന്നാം സ്ഥാനത്തെ അക്കം bയും വരുന്ന ഒരു സംഖ്യയും പത്താം സ്ഥാനത്ത് cയും ഒന്നാം സ്ഥാനത്ത് dയും വരുന്ന മറ്റൊരു സംഖ്യയും തമ്മിൽ ഈ രീതിയിലുള്ള ഗുണനം താഴെ കൊടുത്തിരിക്കുന്ന രീതിയിൽ രേഖപ്പെടുത്താം

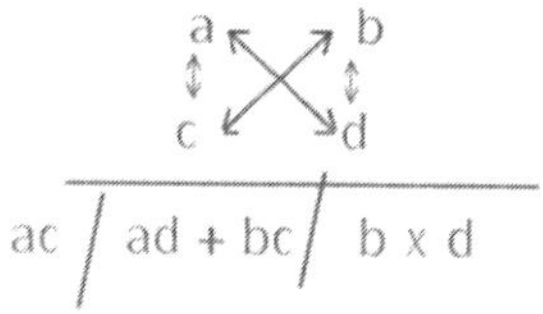

ac നൂറാം സ്ഥാനത്തെയും ad + bc പത്താം സ്ഥാനത്തെയും bd ഒന്നാം സ്ഥാനത്തെയും അക്കമായിരിക്കും.

മൂന്നക്ക സംഖ്യകൾ തമ്മിലുള്ള ഗുണനം താഴെ കൊടുത്തിരിക്കുന്നു.

a	b	c
d	e	f

ആദ്യം ഒന്നാം സ്ഥാനത്തെ (കുത്തനെയുള്ള അക്കങ്ങൾ) ഗുണിക്കുക cf ഇത് ഗുണനഫലത്തിലെ ഒന്നാം സ്ഥാനത്തെ അക്കമായിരിക്കും.

a	b	c
d	e	f
		cf

ഇനി cf എന്നിവയുടെ ഇടത് ഭാഗത്ത് പോവുക. ചെരിഞ്ഞുള്ള അക്കങ്ങളുടെ ഗുണനഫലം കണ്ട് തുക കാണുക bf +ce

ഇനി ചെരിഞ്ഞും കുത്തനെയുമുള്ള അക്കങ്ങളുടെ ഗുണനഫലം കണ്ട് തുക കാണണം.

ഇത് af + cd + be ആയിരിക്കും

ഇനി cf എന്നിവ വരുന്ന വരി ഒഴിവാക്കുക. ചെരിഞ്ഞു വരുന്ന അക്കങ്ങളുടെ ഗുണനഫലങ്ങളുടെ തുക കാണുക

ae + db

നൂറാം സ്ഥാനത്തെ അക്കങ്ങൾ തമ്മിൽ ഗുണിക്കുക ad അപ്പോൾ ഗുണനഫലത്തിലെ അക്കങ്ങൾ ad / ae + db / af + cd + be / bf + ce / cf എന്ന ക്രമത്തിലായിരിക്കും.

ഒരു ഉദാഹരണത്തിലൂടെ നമുക്ക് ഇത് പരിശോധിക്കാം. 235, 417 എന്നീ സംഖ്യകളുടെ ഗുണനഫലം കാണണമെന്നിരിക്കട്ടെ

ഇവിടെ a = 2, b = 3, c = 5

d = 4 e = 1 f = 7

ad = 2 x 4 = 8

ae + db = 2 x 1 + 4 x 3 = 2 + 12 = 14

af + cd + be = 2 x 7 + 5 x 4 + 3 x 1 = 14 + 20 + 3 = 37

bf + ce = 3 x 7 + 5 x 1 = 21 + 5 = 26

cf = 5 x 7 = 35

ഗുണനഫലങ്ങൾ ക്രമത്തിൽ എഴുതിയാൽ

8 / 14 / 37 / 26 / 35 എന്നിങ്ങനെ ലഭിക്കും 35 ൽ 5 ഒന്നാം സ്ഥാനത്ത് നിർത്തുക 3 പത്താം സ്ഥാനത്തേക്ക് മാറ്റുക.

26 + 3 = 29

39 ൽ 9 നൂറാം സ്ഥാനത്ത് നിർത്തുക 3 ഇടത്തേ സ്ഥാനത്തേക്ക് മാറ്റുക

14 + 3 = 17

ഈ സ്ഥാനത്ത് 7 എഴുതുക 1 ഇടത്തേക്ക് മാറ്റുക

8 + 1 = 9

235 x 417 = 97995

ഏത് സംഖ്യകളുടെയും ഗുണനഫലം ഈ രീതിയിൽ കണ്ടുപിടിക്കാം.

പസിയോലി ഈ ഗുണനരീതിയെ Cross multiplication

എന്നാണ് വിളിച്ചിരുന്നത്. ഈ രീതിയിൽ ഗുണനം നിർവഹിക്കുമ്പോൾ ഗുണ്യത്തിലും ഗുണകത്തിലും ഒരേ എണ്ണം അക്കങ്ങൾ വേണമെന്നില്ല. ഒഴിവുള്ള സ്ഥാനത്ത് പൂജ്യം ചേർത്തുകൊണ്ടാണ് ക്രിയ ചെയ്യുന്നത് ഉദാഹരണമായി 4372 നെ 85 കൊണ്ട് ഗുണിക്കുമ്പോൾ

4	3	7	2
0	0	8	5

എന്നിങ്ങനെ രേഖപ്പെടുത്തുന്നു.

ആദ്യകാലത്ത് ഗുണനത്തിനുള്ള അക്കങ്ങൾ എഴുതുമ്പോൾ ഇടക്ക് X എന്ന ചിഹ്നം ചേർത്തിരുന്നു. 23നെ 45 കൊണ്ട് ഗുണിക്കുന്നതിന്

2   3
   X
4   5

എന്ന് രേഖപ്പെടുത്തിയിരുന്നു.

1591-ൽ പഗാനിനി എന്ന ഗണിതശാസ്ത്രജ്ഞജ്ഞൻ പ്രസിദ്ധീകരിച്ച അങ്ക ഗണിത പുസ്തകത്തിൽ ഈ രീതിയിലുള്ള ഗുണനം

3   2
   X
2   5

800

എന്ന് നൽകി കാണുന്നുണ്ട്.

'നിഖിലം' രീതി

പുരാതന കാലത്ത് ഗണിത ശാസ്ത്രത്തിൽ ലോകത്തിൽ വെച്ച് ഏറ്റവും പുരോഗതി പ്രാപിച്ച രാജ്യങ്ങളിലൊന്നായിരുന്നു ഭാരതം. മൂന്നോ നാലോ അതിലേറെയോ സഹസ്രാബ്ദങ്ങൾക്കു മുമ്പുതന്നെ ഭാരതത്തിൽ ഗണിതശാസ്ത്രം വളരെ വികാസം പ്രാപിച്ചിരുന്നു അതിസങ്കീർണ്ണമായ ഗണിത ക്രിയകൾ വെറും ഒറ്റ വരിയിൽ നിർവ്വഹിക്കാനുള്ള വഴി അക്കാലത്തുതന്നെ ഭാരതീയ ഗണിത ശാസ്ത്രജ്ഞന്മാർ ആവിഷ്കരിച്ചിരുന്നു. ഇപ്പോൾ വേദഗണിതം എന്ന പേരിൽ പ്രചാരത്തിലുള്ള ഗ്രന്ഥങ്ങളിൽ നൽകിയിട്ടുള്ള 'നിഖിലം' രീതി ഗുണനം നിർവ്വഹിക്കാനുള്ള ഒരു വഴിയാണ്.

നിഖിലം നവതശ്ചരമം ദശത: എന്നതിന്റെ ചുരുക്കമാണ് 'നിഖിലം' എന്ന പേരിൽ അറിയപ്പെടുന്നത്. ഇത് ഒരു സൂത്രമാണ്. എല്ലാം ഒമ്പതിൽ നിന്ന് അവസാനത്തേത് പത്തിൽ നിന്ന് എന്ന് ഈ സൂത്രം അർത്ഥമാക്കുന്നു. ഒരു സംഖ്യയിലെ അവസാനത്തെ അക്കം മാത്രം പത്തിൽ നിന്ന് കുറയ്ക്കുക മറ്റെല്ലാ അക്കങ്ങളും ഒമ്പതിൽ നിന്ന് കുറയ്ക്കുക എന്ന് ഇത് സൂചിപ്പിക്കുന്നു.

ഈ സൂത്രം ഉപയോഗിച്ച് ഒരു സംഖ്യയുടെ 'നിഖിലം' എങ്ങിനെ കണ്ടുപിടിക്കാമെന്ന് നോക്കാം 537 ൽ അവസാനത്തെ അക്കം 7 ഉം മറ്റ് അക്കങ്ങൾ 5, 3 എന്നിവയുമാണ്.

എല്ലാം ഒമ്പതിൽ നിന്ന് അവസാനത്തേത് പത്തിൽ നിന്ന് എന്നാണല്ലോ സൂത്രം 7 എന്നത് 10 ൽ നിന്ന് കുറക്കുക. മറ്റ് അക്കങ്ങൾ ഒമ്പതിൽ നിന്ന് കുറയ്ക്കുക. 10 -- 7 = 3, 9 -- 3 = 6, 9 -- 5 = 4 അപ്പോൾ 537ന്റെ 'നിഖിലം' 463 ആകുന്നു.

ഇതുപോലെ 7 ന്റെ നിഖിലം 3 ഉം 42 ന്റെ നിഖിലം 58 ഉം 168 ന്റെ നിഖിലം 832 ഉം ആണല്ലോ.

നിഖിലം രീതിയിൽ എങ്ങിനെ ഗുണന ക്രിയ നിർവഹിക്കുന്നു എന്ന് നോക്കാം. താരതമ്യേന വലിയ സംഖ്യകളുടെ ഗുണനം കാണാനാണ് ഈ മാർഗ്ഗം ഉപയോഗിക്കുന്നത്

ആദ്യം രണ്ട് ഒരക്കസംഖ്യകൾ തമ്മിലുള്ള ഗുണനം പരിശോധിക്കാം.

8 നെ 9 കൊണ്ട് ഗുണിക്കണമെന്നിരിക്കട്ടെ. ഇവിടെ ഒരക്കം മാത്രമുള്ളതിനാൽ എല്ലാം ഒമ്പതിൽ നിന്ന് എന്നതിന് പ്രസക്തിയില്ല അവസാനത്തേത് പത്തിൽ നിന്ന് എന്ന് മാത്രം എടുത്താൽ മതിയാകും. പത്തിൽ നിന്നുള്ള വ്യതിയാനം എടുക്കുക

10 — 8 = 2

10 — 9 = 1

ഗുണിക്കേണ്ടുന്ന സംഖ്യകളും വ്യതിയാനങ്ങളും താഴെ കൊടുത്തിരിക്കുന്ന രീതിയിൽ എഴുതുക

8 2

9 1

ഇനി വ്യതിയാനങ്ങൾ തമ്മിൽ ഗുണിച്ച് നേരെ താഴെ ചേർക്കുക 2 x 1 = 2

8 2

9 1

2

ഇനി 8 ൽ നിന്ന് 1 കുറക്കുകയോ 9 ൽ നിന്ന് 2 കുറക്കുകയോ ചെയ്യുക. അതായത് ഒരു സംഖ്യയിൽ മറ്റേ സംഖ്യയുടെ വ്യതിയാനം കുറക്കുക

8 — 1 = 7

9 — 2 = 7

ഇത് ഇടതുഭാഗത്ത് ചേർക്കുക

8 2

9 1

7 2

ഇപ്പോൾ നാം 8 ഉം 9 ഉം ഗുണിച്ചാലുള്ള ഫലത്തിൽ എത്തിച്ചേർന്നു എന്ന് നമുക്ക് മനസ്സിലാക്കാം.

8 x 9 = 72

ഇനി നമുക്ക് രണ്ട് രണ്ടക്ക സംഖ്യകൾ പരിഗണിക്കാം.

87 നെ 94 കൊണ്ട് ഗുണിക്കണമെന്നിരിക്കട്ടെ

87 ൽ രണ്ട് അക്കങ്ങളുണ്ട്.

8 എന്നത് 9 ൽ നിന്ന് കുറയ്ക്കണം 9 — 8 = 1

7 എന്നത് 10 ൽ നിന്ന് കുറയ്ക്കണം. 10 — 7 = 3

94 ലും രണ്ടക്കങ്ങളുണ്ട്.

9 എന്നത് 9 ൽ നിന്ന് കുറയ്ക്കണം 9 — 9 = 0

4 എന്നത് 10 ൽ നിന്ന് കുറയ്ക്കണം 10 — 4 = 6

സംഖ്യകളും വ്യതിയാനങ്ങളും താഴെ കൊടുത്തിരിക്കുന്ന രീതിയിൽ എഴുതുക

87	13
94	6

ഇനി 13 നെ 6 കൊണ്ട് ഗുണിച്ച് നേരെ താഴെ ചേർക്കുക

13 x 6 = 78

87	13
94	6
	78

അടുത്തതായി 87 ൽ നിന്ന് 6 കുറയ്ക്കുക

87 — 6 = 81

94 ൽ നിന്ന് 13 കുറയ്ക്കുകയുമാവാം

94 — 13 = 81

ഇത് ഇടതുഭാഗത്ത് ചേർക്കുക

87	13
94	6
81	78

നമുക്ക് ഗുണന ഫലം ലഭിച്ചു.

87 x 94 = 8178

ഇവിടെ വ്യതിയാനങ്ങൾ തമ്മിൽ ഗുണിക്കുമ്പോൾ നാം ഇവിടെ ഒരു കാര്യം പ്രത്യേകം ശ്രദ്ധിക്കേണ്ടതുണ്ട്. വ്യതിയാനങ്ങൾ തമ്മിൽ ഗുണിച്ചാലുള്ള ഫലത്തിൽ രണ്ടക്കങ്ങൾ മാത്രമേ പാടുള്ളൂ

രണ്ടക്കമില്ലെങ്കിൽ ഇടതു ഭാഗത്ത് ഒരു പൂജ്യം ചേർത്ത് രണ്ടക്കമാക്കണം. മൂന്നക്കമുണ്ടെങ്കിൽ ഏറ്റവും ഇടത്തെ അക്കം ഇടതു ഭാഗത്തെ സംഖ്യയോട് ചേർക്കണം. താഴെ കൊടുത്തിരിക്കുന്ന ഉദാഹരണങ്ങളിലൂടെ ഇത് മനസ്സിലാക്കാം.

97 നെ 98 കൊണ്ട് ഗുണിക്കണമെന്നിരിക്കട്ടെ. നമുക്ക് യഥാക്രമം കിട്ടുന്ന വ്യതിയാനങ്ങൾ ഉപയോഗിച്ച് നമുക്ക് ഇങ്ങനെ എഴുതാം.

97 3

98 2

---

3 നെ 2 കൊണ്ട് ഗുണിച്ചാൽ ഫലം = 6

97 - 2 = 95 അഥവാ 98 - 3 = 95

അതായത്

97 3

98 2

---

95 6

97, 98 എന്നിവയുടെ ഗുണനഫലം 956 ആയിരിക്കയില്ല 9506 ആയിരിക്കും. അപ്പോൾ 3 X 2 = 6 എന്ന് കിട്ടിയപ്പോൾ 6 ന്റെ ഇടത് ഭാഗത്ത് ഒരു പൂജ്യം ചേർത്ത് 06 എന്നാക്കണം .

മറ്റൊരു ഉദാഹരണം കൂടി പരിഗണിക്കുക 82 നെ 93 കൊണ്ട് ഗുണിക്കണമെന്നിരിക്കട്ടെ നമുക്ക് താഴെ കൊടുത്തിരിക്കുന്ന രീതിയിൽ എഴുതാം.

82 18

93 7

വ്യതിയാനങ്ങളുടെ ഗുണനഫലം 10 x 7 = 126

82 — 7 = 75

93 — 18 = 75

ഫലങ്ങൾ താഴെ കൊടുത്തിരിക്കുന്നു

82 18

93 7

75 126

82 ഉം 93 ഉം ഗുണിച്ചാലുള്ള ഫലം 75126 ആയിരിക്കയില്ല 126 ൽ ഉള്ള 1 എന്ന അക്കം 75 നോട് കൂട്ടണം 75 + 1 = 76

അതായത് 82 x 93 = 7626

ഇനി നമുക്ക് രണ്ട് മൂന്നക്ക സംഖ്യകൾ തമ്മിൽ ഗുണിക്കുന്ന വിധം പരിശോധിക്കാം.

832 നെ 987 കൊണ്ട് ഗുണിക്കണമെന്നിരിക്കട്ടെ 832 ൽ 2 എന്നത് 10 ൽ നിന്ന് കുറക്കണം. 8, 3 എന്നിവ 9 ൽ നിന്ന് കുറക്കണം

10 — 2 = 8

9 — 3 = 6

9 — 8 = 1

987 ൽ 7 എന്നത് 10 ൽ നിന്ന് കുറക്കണം. 9, 8 എന്നിവ 9 ൽ നിന്ന് കുറക്കണം.

10 — 7 = 3

9 — 8 = 1

9 — 9 = 0

വ്യതിയാനങ്ങൾ ക്രമത്തിൽ താഴെ കൊടുത്തിരിക്കുന്നു

832 168

987 13

വ്യതിയാനങ്ങൾ തമ്മിൽ ഗുണിച്ചു ചേർക്കുക

168 x 13 = 2184

സംഖ്യയിൽ നിന്ന് മറ്റേ സംഖ്യയുടെ വ്യതിയാനത്തിന്റെ വ്യത്യാസം കാണുക

832 — 13 = 819

ഇവ താഴെ ചേർക്കുക

832 168

987 13

819 2184

വ്യതിയാനങ്ങളുടെ ഗുണനഫലത്തിൽ 4 അക്കങ്ങളുണ്ട് ഇവിടെ മൂന്നക്കം മാത്രമേ പാടുള്ളൂ. അതിനാൽ 2 എന്നത് 819നോട് കൂട്ടുക 819 + 2 = 821

അതായത്

832 x 987 = 821184

ഈ രീതിയിലുള്ള ഗുണനം ഒരു പക്ഷേ പ്രയാസമുള്ളതായി അനുഭവപ്പെടാം. ഗുണനത്തിനുള്ള ഒരു രീതി എന്ന നിലയിലാണ് ഈ രീതി ഇവിടെ അവതരിപ്പിച്ചിട്ടുള്ളത്. ചില പ്രത്യേക സന്ദർഭങ്ങളിൽ ഈ രീതി വളരെ എളുപ്പമുള്ളതായി അനുഭവപ്പെടാം. മാത്രമല്ല ഇതേരീതി അൽപ്പം പരിഷ്കരിച്ച് മറ്റ് ചില സംഖ്യകളുടെ ഗുണനഫലം കണ്ടുപിടിക്കുന്നതിനും ഉപയോഗിക്കാം

നിഖിലം രീതി ഉപയോഗിക്കുമ്പോൾ യഥാർത്ഥത്തിൽ ഒരക്ക സംഖ്യയെ 10 ൽ നിന്നും രണ്ടക്കസംഖ്യയെ 100 ൽ നിന്നും

മൂന്നക്കസംഖ്യയെ 1000 ൽ നിന്നും കുറയ്ക്കുകയാണ് ചെയ്യുന്നത്. ഇങ്ങനെ കുറച്ചു കിട്ടുന്ന ഫലം നെഗറ്റീവ് ആയി പരിഗണിച്ചാണ് നാം ഗുണനഫലം കാണുമ്പോൾ 8 - 1, 9 - 2 എന്നിങ്ങനെ ക്രിയ ചെയ്തത്.

12 എന്ന സംഖ്യയുടെ കാര്യം പരിഗണിക്കുമ്പോൾ, ഈ സംഖ്യ 100 ൽ നിന്ന് വളരെ 'അകലെ'യാണെന്നും പത്തിനോട് വളരെ അടുത്താണെന്നും കാണാം. അപ്പോൾ 100 ൽ നിന്നുള്ള വ്യതിയാനം കണക്കാക്കാതെ 10 ൽ നിന്ന് വ്യതിയാനം കണ്ടാൽ മതിയാകും. നേരത്തെ നാം നെഗറ്റീവ് ആയി കാണുന്നതിനു പകരം പോസിറ്റീവ് ആയി കാണണമെന്ന് മാത്രം. ഒരു ഉദാഹരണത്തിലൂടെ ഇത് വിശദമാക്കാം.

8 നെ 12 കൊണ്ട് ഗുണിക്കണമെന്നിരിക്കെ 10 ൽ നിന്ന് 8 കുറച്ചാൽ 2 കിട്ടും. 10 –8 = 2

ഇത് നെഗറ്റീവ് ആയി പരിഗണിക്കുകയാണെങ്കിൽ 10 ൽ നിന്ന് 12 ലേക്കുള്ള വ്യതിയാനം പോസിറ്റീവ് ആയി പരിഗണിക്കാം. അപ്പോൾ ചിഹ്നം ചേർത്തുകൊണ്ട് നമുക്ക് താഴെ കൊടുത്തിരിക്കുന്ന രീതിയിൽ എഴുതാം.

8 $^{-}2$

12 $^{+}2$

ഇവിടെ ($^{-}2$) x ($^{+}2$) = $^{-}4$

12 -- 2 = 10 അഥവാ 8 + 2 = 10 ഈ രണ്ട് ഫലങ്ങളും താഴെ ചേർക്കുക

8	$^{-}2$
12	$^{+}_{-}2$
10	þ-4

ഇടതുഭാഗത്തുള്ള 10 യഥാർത്ഥത്തിൽ 100 ആയിരിക്കും കാരണം സംഖ്യയിലെ ഒന്നാം സ്ഥാനത്തെ ഒരക്കമാണ് $^{-}4$

ഒന്നാം സ്ഥാനത്തെ അക്കം $^{-}4$ എന്നാൽ എന്താണർത്ഥം 4 കുറയ്ക്കണം എന്ന് തന്നെ. അപ്പോൾ 100 ൽ നിന്ന് 4 കുറയ്ക്കണം.

100 — 4 = 96

8 x 12 ന്റെ ഫലം 96 ആണല്ലോ

ഇനി 12 നെ 11 കൊണ്ട് ഗുണിക്കാം.

ഇവിടെ രണ്ട് സംഖ്യകളും പത്തിൽ കൂടുതൽ ആയതിനാൽ രണ്ട് വ്യതിയാനങ്ങളും പോസിറ്റീവ് ആയി പരിഗണിക്കുക താഴെ കൊടുത്തിരിക്കുന്ന രീതിയിൽ വ്യതിയാനങ്ങൾ എഴുതുക

11 +1

12 +2

$(^{+}1) \times (^{+}2) = 2$

11 + 2 = 13

12 + 1 = 13

താഴെ കൊടുത്തിരിക്കുന്ന രീതിയിൽ ഫലങ്ങൾ എഴുതുക

11	$^{+}1$
12	$^{+}_{-}2$
13	2

അതായത് 11 x 12 = 132

ഇത്തരത്തിലുള്ള മറ്റ് സംഖ്യകളുടെയും ഗുണനഫലം ഈ രീതിയിൽ കണ്ടുപിടിക്കാം.

ആനുരൂപ്യേണ രീതി

നിഖിലം രീതിയിൽ വ്യതിയാനം എടുക്കുമ്പോൾ 10 , 100, 1000 എന്നിങ്ങനെയുള്ള സംഖ്യകളാണ് ഉപയോഗിച്ചത്. ഗുണനത്തിനുള്ള ഒരു എളുപ്പവഴി എന്ന നിലയിൽ ഈ ക്രിയ പരിഗണിക്കുമ്പോൾ എളുപ്പമാകണമെന്നില്ല. 98 , 95 , 992 , 982 തുടങ്ങിയ സംഖ്യകൾ തമ്മിൽ ഗുണിക്കുമ്പോൾ, സാധാരണ ഗുണനക്രിയയിൽ നിന്നും എളുപ്പമായേക്കാം. പക്ഷേ 52 , 53 എന്നിവ തമ്മിൽ ഗുണിക്കുമ്പോൾ വ്യതിയാനങ്ങൾ 48 , 47 എന്നിവയാകും ഇവ തമ്മിലുള്ള ഗുണനം ഒരു പേക്ഷ 52 x 53 നേക്കാൾ പ്രയാസമുള്ളതായി അനുഭവപ്പെടാം. ഇത്തരം സന്ദർഭങ്ങളിൽ 'ആനുരൂപ്യേണ' അഥവാ ആനുപാതികമായി എന്ന സൂത്രം കൂടി പരിഗണിക്കാറുണ്ട്.

മേൽ കൊട്ടുത്തിരിക്കുന്ന ഉദാഹരണം തന്നെ നമുക്ക് പരിഗണിക്കാം.

52, 54 എന്നീ സംഖ്യകൾ പരിഗണിക്കുമ്പോൾ ഇവ 50 ന്റെ അടുത്താണെന്ന് പറയാം.

അതിനാൽ 50 ൽ നിന്നുള്ള വ്യതിയാനം കണ്ടുപിടിച്ച് നേരെ എഴുതുക

52	+2
54	+4

വ്യതിയാനങ്ങൾ ഗുണിച്ച് ചേർക്കുക

$2 \times 4 = 8$

ഇവിടെ ഒരക്കം മാത്രമുള്ളതിനാൽ പൂജ്യം ചേർത്ത് രണ്ടക്കമാക്കുക

52	+2
54	+4
	08

ഇവിടെ വ്യതിയാനം പോസിറ്റീവ് ആയി പരിഗണിക്കുന്നതിനാൽ

54 + 2 അഥവാ 52 + 4 കാണുക

ഇത് 56 ആയിരിക്കും

അടിസ്ഥാന സംഖ്യയായി 100 പരിഗണിക്കുന്നതിനു പകരം നാം 50 ആയിട്ടാണ് പരിഗണിച്ചത്. സ്വാഭാവികമായും ആനുപാതികമായ ഒരു മാറ്റം നമ്മുടെ ഉത്തരത്തിൽ വരുത്തേണ്ടതുണ്ട്. 100/2 = 50 ആണല്ലോ അതായത് അടിസ്ഥാനസംഖ്യ നാം പകുതിയാക്കി അപ്പോൾ 56 നേയും പകുതിയാക്കണം

56/2 = 28

അപ്പോൾ 52 x 54 = 2808

ഇവിടെ വ്യതിയാനങ്ങളുടെ ഗുണനഫലത്തിൽ മാറ്റം വരുത്തേണ്ടതില്ല. രണ്ടാമത്തെ സ്റ്റെപ്പിൽ മാറ്റം വരുത്തിയാൽ മതി.

മറ്റൊരു ഉദാഹരണം പരിഗണിക്കുക.

56 x 48 ന്റെ ഗുണനഫലം കാണണമെന്നിരിക്കട്ടെ

താഴെ കൊടുത്തിരിക്കുന്ന രീതിയിൽ എഴുതുക.

56 +6

48 -þ2

വ്യതിയാനങ്ങളുടെ ഗുണനഫലം = 6 x (¯2) = ¯12

ഇനി 56 - 2 അഥവാ 48 + 6 കാണുക

ഇത് 54 ആയിരിക്കും.

100 ന് പകരം അടിസ്ഥാന സംഖ്യ 50 ആയി സ്വീകരിച്ചതിനാൽ 54 നെ പകുതി കാണുക

54/2 = 27

ഇവിടെ വ്യതിയാനങ്ങളുടെ ഗുണനഫലം നെഗറ്റീവ് ആണ്.

നമുക്ക് കിട്ടിയ 27 യഥാർത്ഥത്തിൽ 2700 ആണ്.

ഇതിൽ നിന്ന് 12 കുറയ്ക്കുക

2700 - 12 = 2688

അതായത് 56 x 48 = 2688

മറ്റ് ചില സംഖ്യകളുടെയും ഗുണനഫലം ഈ രീതിയിൽ കണ്ടുപിടിക്കാം.

കൈകൊണ്ട് ഗുണിക്കാം

ഒരു ഒറ്റ അക്ക സംഖ്യയെ 9 കൊണ്ട് ഗുണിക്കാൻ നമ്മുടെ രണ്ട് കൈകൾ മതിയാകും. ഇങ്ങനെ കൈകൊണ്ട് ഗുണിക്കുന്ന വിദ്യ നമുക്ക് പരിചയപ്പെടാം.

ഇതിന് ആദ്യമായി ചെയ്യേണ്ടത് നമ്മുടെ രണ്ടു കൈകൾ നിവർത്തിപ്പിടിക്കുക എന്നതാണ് ഇങ്ങനെ നിവർത്തിപ്പിടിച്ചാൽ പത്തു വിരലുകൾ കാണാമല്ലോ.

ഇനി ഒന്നാമത്തെ, അതായത് ഏറ്റവും ഇടത്തുള്ള വിരൽ മടക്കുക. അപ്പോൾ വലതു ഭാഗത്ത് 9 വിരലുകൾ കാണാം. ഇപ്പോൾ നമുക്ക് കിട്ടിയത് 1 നെ ഒമ്പതു കൊണ്ട് ഗുണിച്ചാലുള്ള ഫലമാണ്.

അതായത് 1 x 9 -= 9

അടുത്തതായി നാം ചെയ്യേണ്ടത് ഇടതു ഭാഗത്തുള്ള രണ്ടാമത്തെ വിരൽ മടക്കുകയാണ്. മടക്കിയ വിരലിന്റെ ഇടത് ഭാഗത്ത് 8 വിരലുകൾ കാണാം. ഇത് 18 നെ സൂചിപ്പിക്കുന്നു.

അതായത് 2 x 9 = 18

ഇനി ചെയ്യേണ്ടത് മൂന്നാമത്തെ വിരൽ മാത്രം മടക്കുകയാണ്. അപ്പോൾ മടക്കിയ വിരലിന്റെ ഇടതു ഭാഗത്ത് 2 വിരലുകൾ കാണാം. വലതു ഭാഗത്ത് 7 വിരലുകളും കാണാം. ഇത് 9 നെ 3 കൊണ്ട് ഗുണിച്ച ഫലം കിട്ടുന്നു.

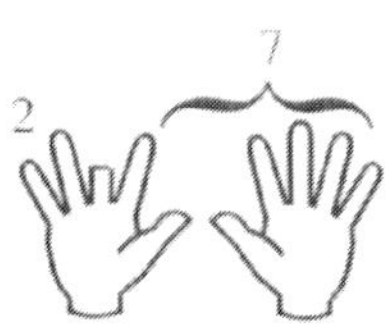

3 x 9 = 27

ഇങ്ങനെ ഓരോ വിരലും മടക്കികൊണ്ട് മുന്നോട്ട് പോയാൽ 9 നെ ക്രമത്തിൽ 3, 4, 5 .... എന്നിങ്ങനെയുള്ള സംഖ്യകൾ കൊണ്ട് ഗുണിച്ചാലുള്ള ഫലങ്ങൾ കാണാം.

കമ്പുകൊണ്ട് ഗുണിക്കാം

ഗുണനത്തിനുള്ള ഒരു കളിയാണിത്. ഒരേ നീളമുള്ള ഏതാനും കമ്പുകളാണ് ഈ കളിക്ക് വേണ്ടത് എത്ര കമ്പുകൾ വേണം എന്നത് ഗുണിക്കാനുള്ള സംഖ്യകളെ ആശ്രയിച്ചിരിക്കുന്നു.

കമ്പുകളുടെ എണ്ണം മാത്രമല്ല കമ്പുകളുടെ ഇനവും പ്രധാനമാണ്. നേരത്തെ സൂചിപ്പിച്ചതുപോലെ കമ്പുകളുടെ ഇനം നിർണ്ണയിക്കുന്നതും ഗുണിക്കാനുള്ള സംഖ്യകൾ തന്നെ.

ഗുണിക്കാനുള്ള സംഖ്യകളിൽ എത്ര സ്ഥാനം അക്കങ്ങൾ ഉണ്ടോ അത്രയും ഇനം കമ്പുകൾ വേണം. സംഖ്യകളിൽ രണ്ടക്കം മാത്രമേ ഉള്ളൂ എങ്കിൽ 2 ഇനം കമ്പുകൾ മതിയാകും. മൂന്നക്കങ്ങൾ ഉണ്ടെങ്കിൽ മൂന്ന് ഇനം കമ്പുകൾ വേണം.

കമ്പുകളുടെ ഇനം എങ്ങിനെ കണക്കാക്കാം ? വ്യത്യസ്ത നിറങ്ങൾ ആവാം വ്യത്യസ്ത വലിപ്പവും ആകാം. പക്ഷേ വ്യത്യസ്ത നീളം പാടില്ല.

രണ്ടക്ക സംഖ്യയാണെങ്കിൽ രണ്ട് ഇനം കമ്പുകൾ എന്ന് സൂചിപ്പിച്ചുവല്ലോ. ഒരിനം വലുതും ഒരിനം ചെറുതും ആവാം. വലിയ ഇനം പത്താം സ്ഥാനത്തെ അക്കത്തെയും ചെറിയ ഇനം കമ്പുകൾ ഒന്നാം സ്ഥാനത്തെ അക്കത്തെയും സൂചിപ്പിക്കുന്നതായി കണക്കാക്കാം.

കമ്പുകൾ ഉപയോഗിച്ച് 2 നെ 31 കൊണ്ട് ഗുണിക്കണമെന്നിരിക്കട്ടെ.

24 എന്ന സംഖ്യയിൽ പത്താം സ്ഥാനത്തെ അക്കം = 2

ഒന്നാം സ്ഥാനത്തെ അക്കം = 4

ഓരോ കമ്പും 'ഒന്നിനെ'യാണ് സൂചിപ്പിക്കുന്നത് എന്ന കണക്കാക്കുക.

അപ്പോൾ 2 നെ സൂചിപ്പിക്കാൻ രണ്ടു കമ്പ് വേണം.

4 നെ സൂചിപ്പിക്കാൻ 4 കമ്പുകൾ വേണം

24 നെ സൂചിപ്പിക്കാൻ 2 വലിയ കമ്പും 4 ചെറിയ കമ്പുമാണ് ഉപയോഗിക്കേണ്ടത്. ഇങ്ങനെയുള്ള 6 കമ്പുകൾ താഴെ കൊടുത്തിരിക്കുന്ന രീതിയിൽ തിരശ്ചീനമായി വെക്കുക.

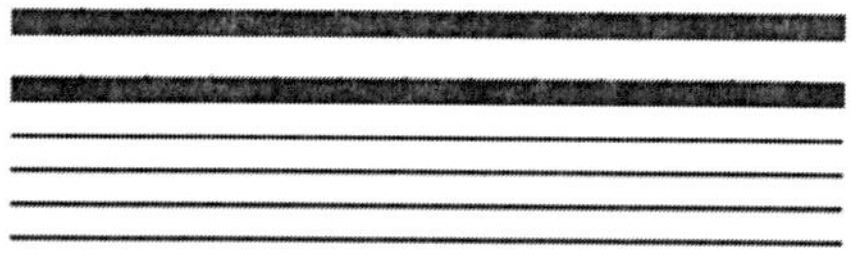

24 നെ 31 കൊണ്ടാണ് ഗുണിക്കേണ്ടത് 24 നെ നാം സൂചിപ്പിച്ചു കഴിഞ്ഞു. 31 നെ സൂചിപ്പിക്കാൻ 3 വലിയ കമ്പും 1 ചെറിയ കമ്പും മതിയാകും. 3 വലിയ കമ്പുകളും ചെറിയ ഒരു കമ്പും താഴെ കൊടുത്തിരിക്കുന്നതുപോലെ ലംബമായി വെക്കുക.

24, 31 എന്നീ സംഖ്യകളുടെ ഗുണനഫലം കാണുന്നതിന് മേൽ കൊടുത്തിരിക്കുന്ന കമ്പുകൾ നേരത്തെ തിരശ്ചീനമായി വെച്ചിരിക്കുന്ന കമ്പുകളുടെ മുകളിൽ താഴെ കൊടുത്തിരിക്കുന്നതുപോലെ വെക്കുക.

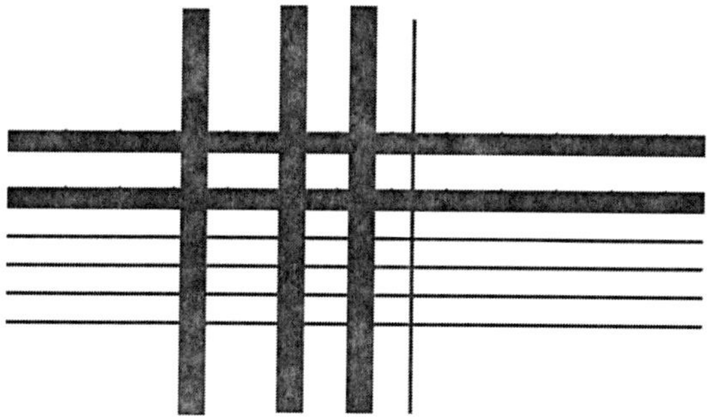

കമ്പുകൾ ചേർന്നിരിക്കുന്ന എണ്ണമാണ് ഗുണന ഫലത്തെ സൂചിപ്പിക്കുന്നത്.

വലിയ കമ്പുകൾ ചേർന്നിരിക്കുന്ന എണ്ണം നൂറാം സ്ഥാനത്തെയും വലിയ കമ്പും ചെറിയ കമ്പും ചേർന്നിരിക്കുന്ന എണ്ണം പത്താം സ്ഥാനത്തെയും ചെറിയ കമ്പും ചെറിയ കമ്പും ചേർന്നിരിക്കുന്ന എണ്ണം ഒറ്റയുടെ സ്ഥാനത്തെയും സൂചിപ്പിക്കുന്നു.

വലിയ കമ്പുകൾ ചേർന്നിരിക്കുന്ന എണ്ണം = 6

വലിയ കമ്പും ചെറിയ കമ്പും ചേർന്നിരിക്കുന്ന എണ്ണം = 14

ചെറിയ കമ്പും ചെറിയ കമ്പും ചേർന്നിരിക്കുന്ന എണ്ണം = 4

വലിയ കമ്പും ചെറിയ കമ്പും ചേർന്നിരിക്കുന്ന സംഖ്യ പത്താം സ്ഥാനത്തെ അക്കമാണല്ലോ ഇത് 14 ആണ്. അപ്പോൾ പത്താം സ്ഥാനത്ത് 4 സ്വീകരിച്ചാൽ മതി. ബാക്കി 1 നൂറാം സ്ഥാനത്തേക്ക് മാറ്റണം. നൂറാം സ്ഥാനത്തെ അക്കം = 6 + 1 = 7 അപ്പോൾ ഗുണനഫലം 744 എന്ന് കിട്ടുന്നു.

അതായത് 24 x 31 = 744

ഏത് എണ്ണൽ സംഖ്യകളുടെയും ഗുണനഫലം നമുക്ക് ഈ രീതിയിൽ രസകരമായി കണ്ടുപിടിക്കാം.

സർവ്വസമവാക്യങ്ങൾ ഉപയോഗിച്ച് ഗുണനം

ആൾജിബ്രായിൽ നാം ചില സർവസമവാക്യങ്ങൾ പഠിക്കുന്നുണ്ട്. ഇവ സംഖ്യകളുടെ ഗുണനത്തിനും ഉപയോഗിക്കാം. ചില ഉദാഹരണങ്ങൾ ശ്രദ്ധിക്കുക

a) a(b+c) = ab+ac ഉപയോഗിച്ചുള്ള ഗുണനം

38 നെ 4 കൊണ്ട് ഗുണിക്കണമെന്നിരിക്കട്ടെ

a(b+c) = (ab+ac)

4(38)þ — 4(30 + 8) = 4 x 30 + 4 x 8

= 120 + 32 = 152

b) (a+b) (c+d) = ac + ad + bc + bd ഉപയോഗിച്ചുള്ള ഗുണനം

53 നെ 47 കൊണ്ട് ഗുണിക്കണമെന്നിരിക്കട്ടെ

53 നെ 50 + 3 എന്നും 47 നെ 40 + 7 എന്നും പിരിച്ചെഴുതുക

(a+b) (c+d) = ac + ad + bc + bd

(50+3) (40+7) = 50 x 40 + 50 x 7 + 3 x 40 + 3 x 7

= 2000 + 350 + 120 + 21 = 2491

c) (x + a) (x +b) = x^2 + (a+b) x+ab ഉപയോഗിച്ചുള്ള ഗുണനം.

57 നെ 52 കൊണ്ട് ഗുണിക്കണമെന്നിരിക്കട്ടെ

57 നെ 50+7 എന്നും 52 നെ 50+2 എന്നും എഴുതാം.

(x+a) (x +b) = x^2 + (a+b) x+ab

57 x 52 = (50+7) (50+2)

= 50^2 + (7+2) 50 + 7 x 2

= 2500 + 9 x 50 + 14

= 2500 + 450 + 14 = 2964

മറ്റ് സർവസമവാക്യങ്ങൾ ഉപയോഗിച്ചും ഗുണനക്രിയ

നിർവഹിക്കാം.

സർവസമവാക്യങ്ങൾ ഉപയോഗിച്ചുള്ള ഗുണനരീതി നാം നമ്മുടെ നിത്യ ജീവിതത്തിൽ പലപ്പോഴും ഉപയോഗിക്കാറുണ്ട് എന്നതാണ് വാസ്തവം. പക്ഷേ നാം ഗുണിക്കുന്നത് സർവ്വസമവാക്യ രീതി ഉപയോഗിച്ചാണെന്ന് നാം മനസ്സിലാക്കാറില്ല മാത്രമല്ല സർവ്വ സമവാക്യം എന്ന പേർ പോലും അറിയാതെയാണ് നാം ഈ രീതി ഉപയോഗിക്കാറുള്ളത്.

ഒരു ഉദാഹരണത്തിലൂടെ ഇത് വ്യക്തമാക്കാം. 8 നെ 12 കൊണ്ട് ഗുണിക്കണമെന്നിരിക്കട്ടെ. 12 നെ നാം എളുപ്പത്തിനുവേണ്ടി 10+2 എന്ന് പരിഗണിക്കുന്നു.

$$8 \times 10 = 80$$

$$8 \times 2 = 16$$

$$8 \times 12 = 80 + 16 = 96$$

ഇവിടെ നാം $a(b+c) = ab+ac$ എന്ന സർവ്വസമവാക്യമാണ് യഥാർത്ഥത്തിൽ ഉപയോഗിക്കുന്നത്.

ഇതേപോലെ 18 x 15 കാണേണ്ടിവരുമ്പോൾ, 18 x 10 = 180, 18 x 5 = 90 അതായത് 18 x 15 = 180 + 90 = 270 എന്ന് പെട്ടെന്ന് ഉത്തരം കണ്ടുപിടിക്കുന്നു. മാത്രമല്ല 18 x 5 കാണാൻ നാം 185നെ പകുതിയാണ് സാധാരണ എടുക്കാറുള്ളത്. 5 കൊണ്ട് യഥാർത്ഥത്തിൽ ഗുണിക്കാറില്ല.

അയൽക്കാരനെ കൂട്ടി ഗുണിക്കാം

ഒരു സംഖ്യയെ 11 കൊണ്ട് ഗുണിക്കാനുള്ള വഴി എന്ന നിലയിലാണ് അയൽക്കാരനെ കൂട്ടുക എന്ന രീതി ഉപയോഗിക്കുന്നത്.

23 നെ 11 കൊണ്ട് ഗുണിക്കണമെന്നിരിക്കട്ടെ 23 ൽ രണ്ട് അക്കങ്ങളാണുള്ളത്. ഇവിടെ വലതുഭാഗത്തുള്ളവനാണ് അയൽക്കാരനായി പരിഗണിക്കുന്നത്. 3ന് അയൽക്കാരനില്ല 2 ന്റെ അയൽക്കാരനാണ് 3.

3 ന് അയൽക്കാരനില്ലാത്തതിനാൽ അതേ പോലെ ചേർക്കുക

$$\frac{23 \times 11}{3}$$

2ന്റെ അയൽക്കാരനാണല്ലോ 3 ഇവയുടെ തുക കാണുക

$$3 + 2 = 5$$

ഇത് ഇടതു ഭാഗത്തായി ചേർക്കുക

$$\frac{23 \times 11}{53}$$

2 ന്റെ ഇടതു ഭാഗത്ത് സംഖ്യയില്ല. ഇത് പൂജ്യമായി കരുതുക. അയൽക്കാരനെ കൂടി കൂട്ടുമ്പോൾ

$$0 \times 2 = 2$$

ഈ അക്കവും ഇടതുഭാഗത്ത് ചേർക്കുക

$$\frac{23 \times 11}{253}$$

ഇനി മറ്റൊരു ഉദാഹരണം പരിഗണിക്കുക

4385 x 11 കാണണമെന്നിരിക്കട്ടെ

5 ന് അയൽക്കാരനില്ലാത്തതിനാൽ അതേ അക്കം ചേർക്കുക

4385 x 11
5

അടുത്ത അക്കം = 8

ഇതിന്റെ അയൽക്കാരൻ 5

തുക 8 + 5 = 13

3 ഇടതു ഭാഗത്ത് ചേർക്കുക

1 അടുത്ത സ്റ്റെപ്പിലേക്ക് മാറ്റുക

അടുത്ത സംഖ്യ 3

3 ന്റെ അയൽക്കാരൻ 8

തുക = 3 + 8 = 11

നേരത്തെ ബാക്കിയുള്ള 1 കൂടി കൂട്ടും

11 + 1 = 12

4385 x 11
235

അടുത്ത അക്കം = 4

4 ന്റെ അയൽക്കാരൻ = 3

4 + 3 = 7

ബാക്കിയുണ്ടായിരുന്ന 1 കൂടി കൂട്ടുക

7 + 1 = 8

ഇത് ഇടതുഭാഗത്ത് ചേർക്കുക

4385 x 11
8235

ഇനി ഇടതുഭാഗത്ത് അക്കമില്ല

0 + 4 = 4

ഇത് ഇടതുഭാഗത്ത് ചേർക്കുക

4385 x 11
48235

മറ്റ് സംഖ്യകളെയും 11 കൊണ്ട് ഗുണിക്കാൻ ഈ മാർഗ്ഗം സ്വീകരിക്കാം.

ഈ രീതി തന്നെ അൽപം പരിഷ്ക്കരിച്ച് സംഖ്യയെ 12 കൊണ്ട് ഗുണിക്കാനും ഉപയോഗിക്കാം. ഇരട്ടിച്ച് അയൽക്കാരനെ ഇരട്ടിച്ച് കൂട്ടുകയാണ് സംഖ്യയെ 12 കൊണ്ട് ഗുണിക്കാൻ ചെയ്യേണ്ടത്.

ഉദാഹരണമായി 473 എന്ന സംഖ്യയെ 12 കൊണ്ട് ഗുണിക്കണമെന്നിരിക്കട്ടെ

ആദ്യത്തെ അക്കം 3

അയൽക്കാരൻ ഇല്ലാത്തതിനാൽ ഇരട്ടിച്ച് ചേർക്കുക

3 x 2 = 6

473 x 12
6

7 ന്റെ അയൽക്കാരൻ 3

2 x 7 + 3 = 17

ഉത്തരത്തിൽ 7 ചേർക്കുക

473 x 12
76

4 ന് അയൽക്കാരൻ 7

2 x 4 + 7 = 15

15 + 1 = 16

ഉത്തരത്തിൽ 6 ചേർക്കുക

473 x 12
676

4 ന്റെ ഇടത്തേ സംഖ്യ 0 ആയി പരിഗണിക്കുക.

2 x 0 + 4 = 4

4 + 1 = 5

5 ഉത്തരത്തിൽ ചേർക്കുക

473 x 12
5676

ഇങ്ങനെ മറ്റ് സംഖ്യകളെയും 12 കൊണ്ട് ഗുണിക്കാം.

അയൽക്കാരനെ ഇരട്ടിച്ച് കൂട്ടിയാൽ 21 കൊണ്ട് ഗുണിക്കാം.

ഉദാഹരണമായി 243 നെ 21 കൊണ്ട് ഗുണിക്കണമെന്നിരിക്കട്ടെ.

3 ന് അയൽക്കരനില്ല

3 അതേപടി ചേർക്കുക

$$\frac{243 \times 21}{3}$$

4 ന്റെ അയൽക്കാരൻ 3 ഇതിന്റെ ഇരട്ടി 6

4 + 6 = 10

0 ചേർക്കുക

$$\frac{243 \times 21}{03}$$

2 ന്റെ അയൽക്കാരൻ = 4

ഇതിന്റെ ഇരട്ടി 4 x 2 = 8

2 + 8 = 10

10 + 1 = 11

1 ചേർക്കുക

$$\frac{243 \times 21}{103}$$

ഏറ്റവും ഇടത്തെ സംഖ്യ = 2

ഇതിന്റെ ഇരട്ടി = 2 x 2 = 4

ബാക്കിയുള്ള 1 കൂടി കൂട്ടണം.

1+4 = 5

ഇത് ഉത്തരത്തിൽ ചേർക്കുക

$$\frac{243 \times 21}{5103}$$

ഇപ്പോൾ നമുക്ക് 243 നെ 21 കൊണ്ട് ഗുണിച്ചാലുള്ള ഫലം ലഭിക്കും.

'അയൽക്കാരൻ' എന്ന പദം ചിലപ്പോൾ തെറ്റിദ്ധാരണയുണ്ടാക്കിയേക്കാം. 234 എന്ന സംഖ്യയിൽ 3 ന്റെ അയൽക്കാരൻ 2 ഉം 3 ഉം ആകാം. ഈ തെറ്റിദ്ധാരണ ഒഴിവാക്കാൻ ഇടത്തെ അയൽക്കാരൻ, വലത്തെ അയൽക്കാരൻ എന്ന നിലയിൽ ഒരു സമാന സ്വഭാവം സൂക്ഷിക്കേണ്ടതാണ്. 21, 12 എന്നിവ കൊണ്ടുള്ള ഗുണനം ചെയ്യുമ്പോൾ തെറ്റിദ്ധാരണ ഒഴിവാക്കേണ്ടതാണ്.

സൂത്രവാക്യം ഉപയോഗിച്ച് ഗുണനം

ഒരു സംഖ്യയെ 6 കൊണ്ട് ഗുണിക്കുന്നതിന് t+u/2 എന്ന സൂത്രവാക്യം ഉപയോഗിക്കാം. ഇവിടെ t എന്നത് പത്താം സ്ഥാനത്തെ അക്കവും u എന്നത് ഒന്നാം സ്ഥാനത്തെ അക്കവുമാണ്.

u/2 എന്നാൽ ഒന്നാം സ്ഥാനത്തിലെ അക്കത്തിന്റെ പകുതി എന്നാണല്ലോ അർത്ഥം. ഇങ്ങനെ പകുതി എടുക്കുമ്പോൾ ശിഷ്ടം വരുന്ന ഭാഗം ഒഴിവാക്കണം. ഉദാഹരണമായി 5 ന്റെ പകുതി എടുക്കുമ്പോൾ 2 മാത്രം എടുത്താൽ മതി. ശിഷ്ടം വരുന്ന ഭാഗം ഒഴിവാക്കാം.

ഈ സൂത്രവാക്യം ഉപയോഗിക്കുമ്പോൾ സൗകര്യത്തിനുവേണ്ടി സംഖ്യയുടെ രണ്ടറ്റത്തും ഓരോ പൂജ്യം ചേർക്കണം. t, u എന്നിവയിൽ ഏതെങ്കിലും അക്കം ഒറ്റ അക്കം വരികയാണെങ്കിൽ 5 കൂടി ചേർക്കണം. t + u/2 എന്ന സൂത്രവാക്യം ഗുണനഫലത്തിലെ അക്കങ്ങൾ ക്രമത്തിൽ കണ്ടുപിടിക്കാനാണ് ഉപയോഗിക്കുന്നത്. സാധാരണ ഗുണനക്രിയ ചെയ്യാറുള്ളതുപോലെ വലതുനിന്നും ഇടത്തോട്ടാണ് ക്രിയ ചെയ്യേണ്ടത്.

ഉദാഹരണമായി 34 നെ 6 കൊണ്ട് ഈ സൂത്രവാക്യം ഉപയോഗിച്ച് ഗുണനക്രിയ ചെയ്യണമെന്നിരിക്കട്ടെ.

ആദ്യം സംഖ്യയുടെ രണ്ട് ഭാഗത്തും ഓരോ പൂജ്യം ചേർക്കുക

0340

ഇവിടെ പത്താം സ്ഥാനത്തെ അക്കം t = 4

ഒന്നാം സ്ഥാനത്തെ അക്കം u = 0

t + u/2 = 4 + 0/2 = 4

ഇതാണ് ഗുണനഫലത്തിലെ ഒന്നാം സ്ഥാനത്തെ അക്കം

ഇനി സംഖ്യയിൽ നിന്ന് ഏറ്റവും വലത്തുള്ള അക്കം ഒഴിവാക്കുക അപ്പോൾ നമുക്ക് 034 കിട്ടും.

ഇവിടെ പത്താം സ്ഥാനത്തെ അക്കം t = 3

ഒന്നാം സ്ഥാനത്തെ അക്കം u = 4

t + u/2 = 3 + 4/2 = 3 + 2 = 5

ഗുണിക്കുന്ന സംഖ്യയിലെ ഒരക്കം

ഒറ്റസംഖ്യയാണ് അപ്പോൾ 5 കൂടി കൂട്ടുക

5 + 5 = 10

ഗുണനഫലത്തിലെ പത്താം സ്ഥാനത്തെ അക്കം 0 എന്ന് കിട്ടുന്നു. 1 എന്ന അക്കം അടുത്ത സ്റ്റെപ്പിലേക്ക് മാറ്റുക

ഇനി സംഖ്യയിൽ നിന്നും വലത്തെ അക്കം 4 ഒഴിവാക്കുക

ഇങ്ങനെ ഒഴിവാക്കിയാൽ 03 കിട്ടും

ഇവിടെ t = 0 u = 3

t + u/2 = 0 + 1 = 1

നേരത്തെ ബാക്കിയുള്ള 1 കൂടി കൂട്ടുക

1 + 1 = 2

ഇത് ഗുണനഫലത്തിലെ നൂറാം സ്ഥാനത്തെ അക്കമായിരിക്കും

അതായത് ഗുണനഫലം 204

34 നെ 6 കൊണ്ട് ഗുണിച്ചാലുള്ള ഫലം 204 ആണല്ലോ

ഇങ്ങനെ മറ്റു സംഖ്യകളെയും 6 കൊണ്ട് ഗുണിക്കാം.

വ്യവകലനത്തിലൂടെയും ഗുണനം

വ്യവകലനവും ഗുണനവും രണ്ട് വ്യത്യസ്ത ക്രിയകളായാണ് അറിയപ്പെടുന്നത്. പക്ഷെ ചില സന്ദർഭങ്ങളിലെങ്കിലും ഗുണിക്കുന്നതിന് വ്യവകലന ക്രിയ ഉപയോഗപ്പെടുത്താം.

ഒരു സംഖ്യയെ 9 കൊണ്ട് ഗുണിക്കുന്നതിന് കൈവിരലുകൾ എങ്ങിനെ ഉപയോഗപ്പെടുത്താമെന്ന് നാം മനസ്സിലാക്കിയല്ലോ ഒമ്പതുകൊണ്ടുള്ള ഗുണനത്തിന് വ്യവകലനവും ഉപയോഗിക്കാം.

ഒരക്ക സംഖ്യയെ എങ്ങിനെ വ്യവകലനം ഉപയോഗിച്ച് ഒമ്പതു കൊണ്ട് ഗുണിക്കാമെന്ന് നോക്കാം.

6 നെ 9 കൊണ്ട് ഗുണിക്കണമെന്നിരിക്കട്ടെ

ആദ്യം 6 ൽ നിന്ന് 1 കുറക്കുക

6 – 1 = 5

10 ൽ നിന്ന് 6 കുറക്കുക

10þ– 6 = 4

6 x 9 = 54

8 നെ 9 കൊണ്ട് ഗുണിക്കണമെന്നിരിക്കട്ടെ

ആദ്യം 8 ൽ നിന്ന് 1 കുറക്കുക

8 – 1 = 7

പിന്നീട് 10 ൽ നിന്ന് 8 കുറക്കുക

10 – 8 = 2

ഈ ഫലങ്ങൾ ക്രമമായി എഴുതുക

8 x 9 = 72

ഇനി നമുക്ക് ഒരു രണ്ടക്ക സംഖ്യയെ 99 കൊണ്ട് വ്യവകലന ക്രിയ ഉപയോഗിച്ച് എങ്ങിനെ ഗുണിക്കാമെന്ന് നോക്കാം.

57 നെ 99 കൊണ്ട് ഗുണിക്കണമെന്നിരിക്കട്ടെ

ആദ്യം 57 ൽ നിന്ന് 1 കുറക്കുക

57 – 1 = 56

ഇനി 100 ൽ നിന്ന് 57 കുറക്കുക

100 — 57 = 43

ഈ ഫലങ്ങൾ ക്രമത്തിൽ എഴുതുക

57 x 99 = 5643

മറ്റൊരു ഉദാഹരണം പരിഗണിക്കുക

84 നെ 99 കൊണ്ട് ഗുണിക്കണമെന്നിരിക്കട്ടെ

ആദ്യം 84 ൽ നിന്ന് 1 കുറക്കുക

84 — 1 = 83

ഇനി 100 ൽ നിന്ന് 84 കുറക്കുക

100 — 84 = 16

ഈ ഫലങ്ങൾ ക്രമത്തിൽ എഴുതുക

84 x 99 = 8316

ഇനി ഒരു മൂന്നക്ക സംഖ്യയെ 999 കൊണ്ട് എങ്ങിനെ വ്യവകലനത്തിലൂടെ ഗുണിക്കാം എന്ന് പരിശോധിക്കാം.

835 നെ 999 കൊണ്ട് ഗുണിക്കണമെന്നിരിക്കട്ടെ

ആദ്യം 835 ൽ നിന്ന് 1 കുറക്കുക

835 — 1 = 834

ആയിരത്തിൽ നിന്ന് 835 കുറക്കുക

1000 — 835 = 165

ഫലങ്ങൾ ക്രമത്തിൽ എഴുതുക

835 x 999 = 834165

മറ്റൊരു ഉദാഹരണം പരിഗണിക്കാം

908 നെ 999 കൊണ്ട് ഗുണിക്കുക

ആദ്യം 908 ൽ നിന്ന് 1 കുറക്കുക

908 — 1 = 907

1000 ൽ നിന്ന് 908 കുറക്കുക

1000 — 908 = 92

ഈ ഫലങ്ങൾ ക്രമത്തിൽ എഴുതുക. ഇവിടെ രണ്ടാമത്തെ ഫലത്തിൽ രണ്ടക്കം മാത്രമേയുള്ളൂ. ഇത് മൂന്നക്കമൊക്കാൻ ഇടത് ഭാഗത്ത് ഒരു പൂജ്യം ചേർത്ത് 092 എന്നാക്കുക

908 x 999 = 907092

വ്യവകലനത്തിലൂടെ ഇങ്ങനെ എത്ര സംഖ്യകളുടെയും ഗുണനം നിർവഹിക്കാം.

ഗുണനത്തിന്റെ പ്രത്യേകതകൾ

ചതുഷ്ക്രിയകളായ സങ്കലനം, വ്യവകലനം, ഗുണനം ഹരണം എന്നിവയ്ക്ക് ഓരോന്നിനും സവിശേഷമായ പ്രത്യേകതകളുണ്ട്. ഗുണനത്തിന്റെ ചില പ്രത്യേകതകൾ താഴെ കൊടുക്കുന്നു.

1. ക്രമനിയമം (Commutative property)

സംഖ്യകൾ ഏതു ക്രമത്തിലും ഗുണനം നിർവ്വഹിക്കാം aയും bയും വ്യത്യസ്ത സംഖ്യകളായാൽ a യെ b കൊണ്ട് ഗുണിച്ച ഫലവും b യെ a കൊണ്ട് ഗുണിച്ച ഫലവും തുല്യമായിരിക്കും

ഉദാ : 4 x 3 = 12, 3 x 4 = 12

അതായത് a x b = b x a

2. സംയോജന നിയമം (Associative property)

രണ്ടിലധികം സംഖ്യകൾ ഉപയോഗിച്ചുള്ള ഗുണനത്തിന് ഏത് രീതിയിലും സംയോജിപ്പിച്ച് കൊണ്ട് ഗുണിക്കാം.

ഉദാഹരണമായി a, b, c എന്നീ സംഖ്യകൾ ഗുണിക്കുമ്പോൾ a യെ b കൊണ്ട് ഗുണിച്ച ഫലത്തോട് c കൊണ്ട് ഗുണിച്ച ഫലവും b, c എന്നിവ ഗുണിച്ച ഫലത്തെ a കൊണ്ട് ഗുണിച്ച ഫലവും തുല്യമായിരിക്കും.

അതായത് (a x b) x c = a x (b x c)

ഉദാ: 5 x 3 x 6 ൽ

(5 x 3) x 6 = 15 x 6 = 90

5 x (3 x 6) = 5 x 18 = 90

ഈ രണ്ട് ഗുണനഫലവും തുല്യമാണല്ലോ.

3. വിതരണ നിയമം (Distributive property)

a, b, c എന്നിവ 3 സംഖ്യകളായാൽ

$a(b+c) = ab + ac$ ആയിരിക്കും.

ഉദാഹരണമായി $a = 3, b = 4, c = 5$

ആയാൽ

$a(b+c) = 3(4+5) = 3 \times 9 = 27$

$ab + ac = 3 \times 4 + 3 \times 5 = 12 + 15 = 27$

ഈ രണ്ട് ഫലങ്ങളും തുല്യമാണല്ലോ.

ഗുണനം അനുസരിക്കുന്ന ക്രമനിയമം സംയോജനനിയമം, വിതരണ നിയമം എന്നിവയ്ക്ക് എന്താണ് ഒരു പ്രസക്തി എന്ന് ചിലർക്കെങ്കിലും സംശയം തോന്നാറുണ്ട്. നാലും അഞ്ചും കൂട്ടിയാൽ ഒമ്പതു കിട്ടും. അഞ്ചും നാലും കൂട്ടിയാലും ഒമ്പത് കിട്ടും. ഇതിനെന്തിന് ഒരു നിയമം എന്നാണ് ചിലരുടെ സംശയം. നാലിൽ നിന്ന് അഞ്ച് കുറച്ചാലും, അഞ്ചിൽ നിന്ന് നാല് കുറച്ചാലും, ഫലം തുല്യമാകുമോ? ഇല്ല എന്നാണ് നമ്മുടെ ഉത്തരം, നാലിനെ അഞ്ചു കൊണ്ട് ഹരിച്ചാലും അഞ്ചിനെ നാലുകൊണ്ട് ഹരിച്ചാലും ഫലം തുല്യമാകില്ല. പക്ഷെ ഗുണന കാര്യത്തിൽ ഇങ്ങനെ ചെയ്യാം.

ചതുഷ്ക്രിയകളിൽ മാത്രമല്ല നമ്മുടെ നിത്യജീവിതത്തിലെ ധാരാളം ഉദാഹരണങ്ങളിൽ ഈ നിയമത്തിന് പ്രസക്തിയുണ്ട്. നാലാം ക്ലാസ്സിൽ പഠിച്ചശേഷം അഞ്ചാം ക്ലാസ്സിൽ പഠിക്കാം. പക്ഷേ അഞ്ചാം ക്ലാസ്സിൽ പഠിച്ച ശേഷം നാലാം ക്ലാസ്സിൽ പഠിക്കുന്നതിന് പ്രസക്തിയില്ല. ഇവിടെ ക്രമം വേണമെന്ന് നിർബന്ധമാണ്. വാതിൽ പൂട്ടിയിട്ട ഒരു മുറിയിൽ പ്രവേശിക്കണമെങ്കിൽ ആദ്യം വാതിൽ തുറക്കുക പിന്നീട് അകത്ത് പ്രവേശിക്കുക ഇവിടെയും ക്രമം പാലിക്കണം.

നമുക്ക് ഒരാൾ ആപ്പിളും ഓറഞ്ചും തിന്നാൻ തന്നുവെന്നിരിക്കട്ടെ. ഏത് ആദ്യം തിന്നണമെന്ന് യാതൊരു നിബന്ധനയുമില്ല. ഏതു ക്രമത്തിലും ഭക്ഷിക്കാം. നമ്മുടെ നിത്യ ജിവിതത്തിൽ പല കാര്യങ്ങളിലും ക്രമം പാലിക്കേണ്ടതുണ്ട്. പല കാര്യങ്ങളിലും ക്രമം പാലിക്കേണ്ടതുമില്ല. ഇങ്ങനെ ക്രമം പാലിക്കണമെന്ന് നിർബന്ധമില്ലാത്ത ഒരു ക്രിയയാണ് ഗുണനം.

നാം വളരെ നിസ്സാരമായി കരുതുന്ന ഗുണനക്രിയയുടെ വ്യാപ്തിയെപ്പറ്റി ഒരു സൂചനമാത്രമേ ഈ ചെറു പുസ്തകം തരുന്നുള്ളൂ, ഗുണനത്തെപ്പറ്റി കൂടുതൽ മനസ്സിലാക്കാൻ ഈ കൃതി പ്രയോജനപ്പെടട്ടെ എന്ന് പ്രത്യാശിക്കുന്നു.